하루 한 시간 한 달 완성~ 입에 착! 시험에 착!

착! 붙는 베트남어 독학 첫걸음

저 김연진

시사Books

머리말

2008년 당시 학생이었던 저는 베트남에서 살게 되었습니다. 베트남어에 대한 사전 지식이 없었기 때문에 처음에는 매우 어렵고 힘들었습니다. 하지만 공부를 할수록 점점 베트남어의 매력에 빠지게 되었습니다. 이 책은 베트남 현지에서 베트남어를 공부하면서 터득한 노하우를 바탕으로 학습 방향을 제시하였습니다. 초보 학습자가 쉽고 재미있게 베트남어를 배울 수 있도록 학습자 입장에서 고민하면서 만들었습니다. 또한 6년 동안 베트남 현지 문화와 언어를 배우고 느낀 것을 토대로 구성했습니다.

한국인에게 베트남어는 낯설고 비주류의 언어였습니다. 하지만 베트남이 WTO에 가입한 후 한-베 FTA가 진행됨으로써 한국은 풍부한 천연자원과 방대한 노동력, 좋은 지리적 요건을 보유하고 있는 베트남에 관심을 가지게 되었습니다. 뿐만 아니라 진학이나 취업과 관련하여 베트남어를 공부하는 사람도 많아지는 추세입니다.

이 책은 베트남어 초보 학습자를 위한 책입니다. 꼭 필요한 〈문법〉을 엄선하여 이해하기 쉽도록 설명하였고 이를 적용시킨 〈회화〉에서 활용도가 높은 표현을 배울 수 있습니다. 또한 말하기, 듣기와 연습문제를 구성함으로써 독학하는 학습자들도 쉽게 공부할 수 있도록 했습니다. 〈독해〉 부분은 베트남어를 좀 더 재미있게 배울 수 있게 흥미로운 주제를 제시했습니다.

표준 베트남어는 북부 언어이지만 남부 언어와 북부 언어 모두 학습하면 진정한 교류에 도움이 될 수 있다고 생각해 북부 언어와 남부 언어를 혼용하였으니 공부하시기 전에 참고하시면 좋을 듯합니다.

베트남어 공부를 시작하시는 여러분, '**착! 붙는 베트남어 독학 첫걸음**'을 통하여 베트남어를 보다 쉽고 재미있게 배우시길 바랍니다.

마지막으로, 부모님을 비롯하여 이 책이 나오기까지 많은 관심을 가지고 격려해주신 모든 분들께 감사드립니다.

저자 김연진

이 책의 구성

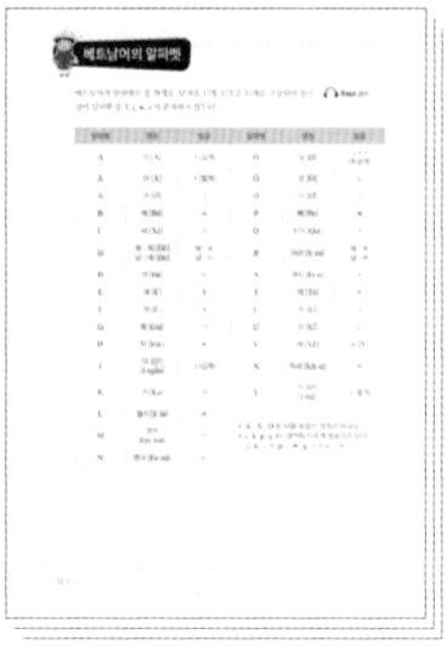

베트남어 기본 지식

베트남어를 배우기에 앞서 알아야 할 내용을 담았습니다.
베트남어 알파벳과 발음, 그리고 성조 쓰기 연습 등
베트남어를 배우기 위한 기본 지식을 쌓아 보세요.

주제 단어

단원별로 다루고 있는 내용의 주제가 되는 단어를
제시하였습니다. 〈확인합시다〉, 〈회화 포인트〉를
통해 앞으로 배울 내용을 미리 익힐 수 있습니다.

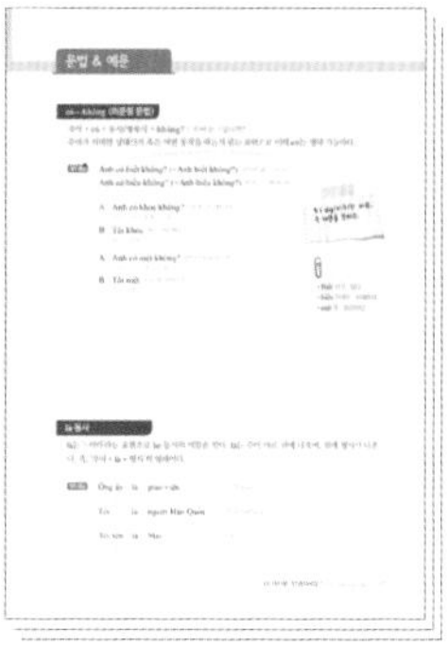

문법&예문

배워야 할 구문 및 문법을 상세하게 설명하였습니다.
다양한 예문을 포함하여 혼자서도 쉽게
문법 공부를 할 수 있습니다.

회화

단원별로 세 가지 회화를 제시하였는데 일상생활에서
접할 수 있는 내용을 중심으로 구성하였습니다.
각 회화를 통해 앞에서 배운 문법을 적용할 수 있으며
회화에서 다룬 내용을 쉽게 이해할 수 있도록
설명하였습니다. 그리고 '교체 연습'을 통해 스스로
말하기 연습을 할 수 있도록 하였습니다.

말하기&듣기

교체 연습을 통해 말하기 연습을 할 수 있으며 한 단원이 끝날 때마다 스스로 실력을 점검해 볼 수 있도록 하였습니다. 듣기는 제공되는 QR을 통해 들으면서 연습할 수 있습니다.

연습문제

앞에서 배운 단어나 문법을 완벽하게 이해했는지 스스로 점검할 수 있습니다. 빈칸 채우기, 문맥에 맞게 배열하기, 질문에 맞는 대답 써 보기 등 다양한 유형의 문제로 베트남어를 좀 더 확실하게 익힐 수 있습니다.

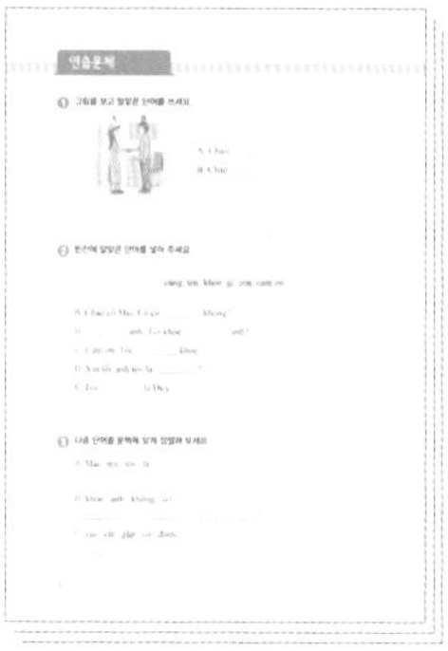

독해&쓰기

앞에서 배운 내용과 관련된 주제의 글을 읽어 보고 본인이 직접 관련된 내용을 써 볼 수 있습니다. 좀더 확장된 내용의 글을 읽으면서 베트남어의 실력을 향상시킬 수 있음은 물론이고 작문 능력도 기를 수 있습니다.

상황별 회화 익히기

본문에서 다룬 내용 이외의 상황별 회화를 부록에 담았습니다. 일상생활, 식당, 공항, 호텔 등 카테고리별로 필수적인 표현을 말할 수 있도록 구성하여 언제 어디서든 베트남어 공부를 할 수 있습니다.

MP3 QR

본문 단어, 〈회화〉, 〈연습 문제〉의 듣기 부분의 음성 녹음 파일을 담았습니다. 제공되는 음성 파일을 들으면서 베트남어 발음에 익숙해질 수 있고 청취 실력도 향상될 것입니다.

목차

학습 구성표

	단원	제목	주제 어휘	주요 문법	대화 포인트
1일		도입과(베트남어 알파벳, 성조)			
2일	1과	Xin chào các bạn 여러분, 안녕하세요?	인칭/주어	có… không? (의문형 문법) là 동사	Chào anh. Anh có khỏe không? 안녕하세요. 잘 지냈어요? Đây là ai? 이 사람은 누구예요? Xin lỗi, Chị tên là gì? 실례지만 이름이 뭐예요?
3일	2과	Anh là người Việt Nam phải không? 당신은 베트남 사람이 맞나요?	나라 이름	…phải không? (의문형 문법) được (할 수 있다)	Xin lỗi, Chị là người nước nào? 실례지만 어느 나라 사람이시죠? Tôi không phải là người Việt. 나는 베트남 사람이 아니에요. Chị nói được tiếng Pháp phải không? 당신은 프랑스어를 할 수 있죠?
4일		복습			
5일	3과	Chị làm nghề gì? 당신의 직업이 무엇이죠?	직업 장소	직업 묻고 대답하는 표현 đang (현재시제)	Chị làm nghề gì? 당신의 직업이 무엇이죠? Chị làm việc ở đâu? 당신은 어디에서 일해요? Anh sống ở đâu? 당신은 어디에 살아요?
6일	4과	Chị bao nhiêu tuổi? 당신은 몇 살이에요?	숫자	bao nhiêu / mấy (얼마/몇)	Năm nay chị bao nhiêu tuổi? 올해 나이가 몇 살이에요? Anh ấy sinh năm 1993 phải không? 그는 1993년생 맞죠? Hiện nay Nga mới 6 tuổi. 현재 응아는 6살이에요.
7일	5과	Gia đình của tôi có 4 người 저의 가족은 4명입니다	가족	đã (과거시제) chưa와 không (부정 형태)	Cô đã kết hôn chưa? 당신은 결혼했어요? Tôi cũng chưa kết hôn. 나도 아직 결혼 안 했어요. Cô có mấy con? 당신은 몇 명의 자녀가 있나요?
8일		복습			
9일	6과	Bây giờ là mấy giờ? 지금은 몇 시입니까?	시간 표현 큰 숫자	빈도부사	Bây giờ là mấy giờ? 지금 몇 시예요? Cuối tuần anh đã làm gì? 주말에 당신은 뭐 했어요? Tôi thường xem tivi với chồng tôi. 나는 보통 남편이랑 TV 봐요.

	단원	제목	주제 어휘	주요 문법	대화 포인트
10일	7과	Hôm nay là chủ nhật 오늘은 일요일 입니다	날짜	bao giờ / khi nào (언제)	Hôm nay là thứ mấy? 오늘이 무슨 요일이죠? Cuối tuần anh đã đi đâu ? 주말에 당신은 어디 갔었어요? Sinh nhật tôi là ngày 25 tháng 8. 내 생일은 8월 25일이에요.
11일	8과	Sở thích của tôi là xem phim 제 취미는 영화 보기입니다	취미	sẽ (미래시제) chứ (당연하다)	Tôi đang tập thể dục. 저는 지금 운동 중이에요. Sở thích của cô là gì? 당신의 취미는 무엇이죠? Tối nay anh sẽ làm gì? 오늘 저녁에 당신은 뭐 해요?
12일				복습	
13일	9과	Anh thích loại phim nào? 어떤 장르의 영화를 좋아해요?	영화 스포츠	trừ (~을 제외하고) bằng (원급)	Tôi và Mai bằng tuổi ạ. 저랑 마이는 나이가 같아요. Tối nay Loan có thời gian không? Loan은 오늘 저녁에 시간 돼요? Tôi thích mọi loại phim, trừ phim kinh dị. 나는 공포 영화를 빼고 모든 영화를 좋아해요.
14일	10과	Hôm nay nóng quá nhỉ? 오늘 너무 덥죠?	계절/날씨	hơn (비교급) nhỉ (문미조사)	Hôm nay nóng quá nhỉ? 오늘은 매우 더워요 그렇죠? Mùa hè của Hàn Quốc thế nào? 한국의 여름은 어때요? Mùa đông Hàn Quốc dù lạnh nhưng rất đẹp. 한국의 겨울은 비록 춥지만 매우 예뻐요.
15일	11과	Tôi thích tiếng Việt nhất 저는 베트남어를 제일 좋아해요	과목 형용사 1	nhất (최상급) bao lâu (얼마나)	Em đã học tiếng Việt được 2 tháng rồi. 저는 베트남어 두 달 공부했어요. Bạn nói tiếng Việt tốt mà. 너 베트남어 굉장히 잘하네. Bạn thích môn nào nhất? 너는 어떤 과목이 제일 좋아?
16일				복습	

학습 구성표

	단원	제목	주제 어휘	주요 문법	대화 포인트
17일	12과	Từ Hàn Quốc đến Việt Nam đi bằng phương tiện gì? 한국에서 베트남까지 뭐 타고 가요?	교통수단	từ A đến B (A부터 B까지) mất bao lâu? (얼마나 걸립니까?)	Cậu thường đến trường bằng gì? 너는 보통 학교에 어떻게 오니? Nếu đi bằng máy bay thì rất nhanh nhưng đắt lắm. 만약 비행기로 간다면 빨라. 그러나 매우 비싸. Người Hàn Quốc thường dùng phương tiện giao thông công cộng như xe buýt hoặc tàu điện ngầm. 한국 사람은 보통 버스나 지하철 같은 대중교통을 이용해.
18일	13과	Rẽ trái sau đó xuống ở bên phải nhé 좌회전하고 우측에서 내려 주세요	방향	sau đó / sau khi (그 후에)	Xin lỗi làm ơn cho tôi hỏi thăm, Chợ Bến Thành ở đâu ạ? 실례지만 뭐 좀 물어볼게요, 벤탄 시장이 어디에 있나요? Chắc là kịp thời gian. 시간 안에 도착할 수 있을 거예요. Mới hết tiền rồi. 방금 막 다 떨어졌어요.
19일	14과	Quyển sách này là sách gì vậy? 이 책은 무슨 책이에요?	종별사	quyển (종별사) đây, kia, đó (지시대명사)	Quyển sách này cũ rồi. 이 책은 너무 낡았어요. Không phải là con chó con mà là con mèo mà. 강아지가 아니라 고양이에요. Quả nho bao nhiêu một ký? 포도는 1킬로그램에 얼마인가요?
20일				복습	
21일	15과	Cô thích màu nào? 당신은 무슨 색을 좋아해요?	색깔 위치	형용사 어순	Nhưng mà em muốn nhận một cái dù màu vàng. 그런데 저는 노란색 우산을 받고 싶었어요. Anh mặc thử đi. 입어 봐요. Đến đây tìm giùm anh đi. 여기 와서 좀 찾아 줘 봐요.

	단원	제목	주제 어휘	주요 문법	대화 포인트
22일	16과	Tôi bị cảm rồi 저는 감기에 걸렸어요	신체 부위 증상	수동 표현	Hôm nay trông cậu có vẻ buồn. 오늘 너 슬퍼 보여. Vì từ sáng nay em bị sốt cao nên mới đi bệnh viện về. 오늘 아침부터 저는 열이 굉장히 높아서 방금 병원에 다녀 왔어요. Em bị bệnh gì vậy? 어디가 아프신가요?
23일	17과	Tôi mặc thử được không ạ? 제가 입어 봐도 될까요?	쇼핑	thử + được không? (~을 해 봐도 되겠습니까?) vừa A vừa B / không những A mà còn B (A뿐만 아니라 B도)	Cô muốn mua gì ạ? 어떤 것을 사길 원하십니까? Chắc chị mặc L thì rất vừa. 아마 L(라지)사이즈를 입으면 딱 맞을 거예요. Em rất vừa ý kiểu này mà mắc quá. 저는 이 디자인이 아주 마음에 드는데 너무 비싸네요.
24일				복습	
25일	18과	Hôm qua mình mới chuyển nhà rồi 저는 어제 이사 했어요	집 형용사 2	A thì … còn B thì … (A는 ~이고 B는 ~이다)	Căn hộ này bao nhiêu một tháng? 이 집은 한 달에 얼마죠? Ồ thích quá nhỉ. 우와, 좋겠다. Chuyện đó thì mẹ sẽ nói chuyện với ba con nhé. 그 일은 엄마가 아빠랑 얘기해 볼게.
26일	19과	Anh đã đi Thành Phố Hồ Chí Minh bao giờ chưa? 호찌민에 가 본 적 있어요?	여행 형용사 3	đã … bao giờ chưa? (~해 본 적 있어요?)	Tuần sau mình định đi Thành Phố Hồ Chí Minh. 다음 주에 나는 호찌민에 가기로 했어. Thành Phố Hồ Chí Minh đang càng ngày càng phát triển. 호찌민은 날이 가면 갈수록 발전하고 있어요. Bạn chuẩn bị xong chưa? 준비 다 했니?
27일	20과	Phở Việt Nam ngon quá 베트남 쌀국수는 정말 맛있네요	식당 음식	nào cũng (어느 것이든)	Tối nay chúng ta đi nhậu nhé. 오늘 저녁에 우리 회식하러 가자. Tối nay công ty của tối có tiệc nên tối muốn đặt bàn trước. 오늘 저녁에 저희 회사에서 회식이 있어서 미리 예약하고 싶은데요. Ở đây món ăn nào ngon nhất? 여기 무엇이 가장 맛있나요?
28일				복습	

베트남어의 알파벳

베트남어의 알파벳은 총 29개로 단자음 17개, 단모음 12개로 구성되어 있다. Track 001
영어 알파벳 중 'f, j, w, z'가 존재하지 않는다.

알파벳	명칭	발음	알파벳	명칭	발음
A	아 [A]	ㅏ(길게)	O	오 [O]	ㅗ+ㅓ (둥글게)
Ă	아 [Á]	ㅏ(짧게)	Ô	오 [Ô]	ㅗ
Â	어 [Ớ]	ㅓ	Ơ	어 [Ơ]	ㅓ
B	베 [Bê]	ㅂ	P	빼 [Pe]	ㅃ
C	쎄 [Xê]	ㄲ	Q	꾸이 [Qui]	ㄲ
D	북 : 제 [Dê] 남 : 예 [Dê]	북 : ㅈ 남 : ㅇ	R	에러 [E rờ]	북 : ㅈ 남 : ㄹ
Đ	데 [Đê]	ㄷ	S	앳시 [Ét sì]	ㅅ
E	애 [E]	ㅐ	T	떼 [Tê]	ㄸ
Ê	에 [Ê]	ㅔ	U	우 [U]	ㅜ
G	줴 [Giê]	ㄱ	Ư	으 [Ư]	ㅡ
H	핰 [Hát]	ㅎ	V	베 [Vê]	ㅂ [V]
I	이 응안 [I ngắn]	ㅣ(짧게)	X	익씨 [Ích xì]	ㅆ
K	까 [Ka]	ㄲ	Y	이 자이 [I dài]	ㅣ(길게)
L	엘러 [E lờ]	ㄹ	※ Ă , Â , Ơ 등 다음 부호는 성조가 아니다. ※ c, k, p, q, t는 영어와 다르게 된소리가 난다. (c, k → ㄲ, p → ㅃ, q → ㄲ, t → ㄸ)		
M	엠머 [Em mờ]	ㅁ			
N	엔너 [En nờ]	ㄴ			

이중모음, 삼중모음 Track 002

(이 외에도 모음 두 개 혹은 세 개 이상 나오는 것이 많으므로 다음과 같이 결합하여 발음하면 된다.)

이중모음 / 삼중모음	발음	예시 단어	발음
iê	이에	tiền	띠엔
ươ	으어	được	드억
uô	우오	uống	우옹
uy	우이	tuy	뚜이
iêu	이에우	tiêu	띠에우
ươi	으어이	mươi	므어이
ươu	으어우	hươu	흐어우

이중모음 불규칙	발음	예시 단어	발음
ia	이어	bia	비어
ưa	으어	mưa	므어
ua	우어	mua	무어

이중자음	발음	예시 단어	발음
ch	쎄학(ㅉ)	chào	짜오
gh	거학(ㄱ)	ghế	게
kh	끼학(ㅋ)	khá	카
ng	엔너-거(응)	ngô	응오
nh	엔너학[ㄴ (모음 주의)]	nhà	냐
ph	뻬학(ㅍ [f])	phở	퍼
th	떼학(ㅌ)	thế	테
tr	떼에러(ㅉ)	trà	짜
gi	줴 이응안	gia	지아

끝자음	발음	예시 단어	발음
-ch	-익	sách	싸익
-c	ㄱ	các	깍
-m	ㅁ	tôm	똠
-n	ㄴ	ăn	안
-nh	-인	nhanh	냐인
-ng	ㅇ	nóng	넝+넘
-p	ㅂ	lớp	럽
-t	ㅅ	một	못

★베트남어의 하이라이트 "성조"를 배워 봅시다! Track 003

성조	성조명	성조를 발음하는 방법	예시 단어
—	Thanh Ngang	'솔' 음을 그대로 길게 쭉 뻗어서 읽는다.	ma, anh, ông
/	Thanh Sắc	평음 성조에서 천천히 올라간다고 생각하고 길게 쭈욱 뻗어서 올려 준다.	má, sách, có
\	Thanh Huyền	평음 성조보다 좀 더 아래에서 시작하고, Thanh Sắc 성조와 반대로 아래로 내린다.	mà, là, làm
ˀ	Thanh Hỏi	살짝 내렸다가 올려서 발음한다. (만화 영화 '둘리'에서 '호잇 호잇!' 하듯이 좀 더 길게 발음)	mả, khỏe, mở
~	Thanh Ngã	교태를 부리듯이 두 번 꺾어서 발음한다. 성조 중에 음이 가장 높다.	mã, cũng, Mỹ
•	Thanh Nặng	밑으로 아주 강하게 내려 치듯이 (스타카토 하듯이) 발음한다.	mạ, chị, bạn

★베트남어의 6성조

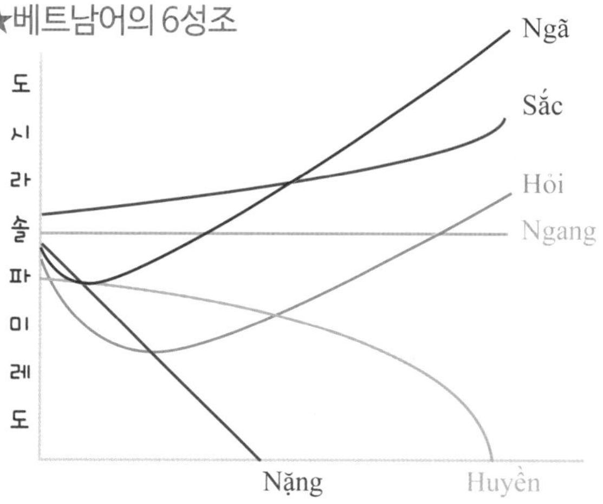

★베트남어 단어 쓰기 연습을 해봅시다!

01 Xin chào (안녕하세요)

➡ X + i + n c + h + a + ＼ + o

02 Xin lỗi (실례합니다)

➡ X + i + n l + ô + ～ + i

03 Cảm ơn (감사합니다)

➡ C+ a + ̉ + m ơ + n

04 Áo dài (아오자이)

➡ A + ／ + o d + a + ＼ + i

05 Việt Nam (베트남)

➡ V + i + ê + · + t N + a + m

06 **phở** (쌀국수)

➡ P + h + ơ + ̉

07 **Hàn Quốc** (한국)

➡ H + a + ＼ + n   Q + u + ô + ／ + c

08 **Cà – phê** (커피)

➡ C + a + ＼   p + h + ê

09 **Tiếng Việt** (베트남어)

➡ T + i + ê + ／ + n + g   V + i + ê + · + t

10 **Thành phố Hồ Chí Minh** (호치민 시)

➡ T + h + a + ＼ + n + h   P + h + ô + ／   H + ô + ＼ C + h + i + ／   M + i + n + h

★복합 성조 연습을 해 봅시다. Track 004

베트남어는 한 단어에 두 음절로 이루어졌지만 그 의미는 하나인 경우가 매우 많다. 앞서 익힌 단자음, 단모음과 이중자음, 이중모음, 성조를 통하여 다음과 같이 읽고 쓰는 연습을 해보자.

01 thanh ngang + thanh ngang

단어	발음	뜻
hôm nay	[ ]	오늘
trung tâm	[ ]	중심

02 thanh ngang + thanh huyền

단어	발음	뜻
bây giờ	[ ]	지금
gia đình	[ ]	가족

03 thanh ngang + thanh hỏi

단어	발음	뜻
không phải	[ ]	아니다
đơn giản	[ ]	간단한

04 thanh ngang + thanh ngã

단어	발음	뜻
xin lỗi	[ ]	실례합니다
nuôi dưỡng	[ ]	기르다

05 thanh ngang + thanh sắc

단어	발음	뜻
văn hóa	[ ]	문화
y tá	[ ]	간호사

06 thanh ngang + thanh nặng

단어	발음	뜻
du lịch	[ ]	여행
siêu thị	[ ]	마트

07 thanh huyền + thanh ngang

단어	발음	뜻
thời gian	[ ]	시간
thành công	[ ]	성공

08 thanh huyền + thanh huyền

단어	발음	뜻
đồng hồ	[ ]	시계
nhà hàng	[ ]	식당

09 thanh huyền + thanh hỏi

단어	발음	뜻
đầy đủ	[ ]	충분한
hình ảnh	[ ]	사진

10 thanh huyền + thanh ngã

단어	발음	뜻
bình tĩnh	[ ]	침착한
người Mỹ	[ ]	미국인

11 thanh huyền + thanh sắc

단어	발음	뜻
thành phố	[ ]	도시
trà đá	[ ]	녹차(베트남식)

12 thanh huyền + thanh nặng

단어	발음	뜻
trường học	[ ]	학교
đề nghị	[ ]	제안하다

13 thanh hỏi + thanh ngang

단어	발음	뜻
ủy ban	[ ]	위원회
khả năng	[ ]	가능성

14 thanh hỏi + thanh huyền

단어	발음	뜻
phở bò	[ ]	쇠고기 쌀국수
chả giò	[ ]	스프링롤

15 thanh hỏi + thanh hỏi

단어	발음	뜻
thỉnh thoảng	[ ]	때때로
hủy bỏ	[ ]	취소하다

16 thanh hỏi + thanh ngã

단어	발음	뜻
cảm nghĩ	[ ]	감명
nghỉ lễ	[ ]	의식

17 thanh hỏi + thanh sắc

단어	발음	뜻
buổi sáng	[ ]	오전
quảng cáo	[ ]	광고

18 thanh hỏi + thanh nặng

단어	발음	뜻
chủ nhật	[ ]	일요일
chuẩn bị	[ ]	준비하다

19 thanh ngã + thanh ngang

단어	발음	뜻
nữ sinh	[ ]	여학생
ngã tư	[ ]	사거리

20 thanh ngã + thanh huyền

단어	발음	뜻
dễ dàng	[ ]	쉬운
sẵn sàng	[ ]	준비가 된

21 thanh ngã + thanh hỏi

단어	발음	뜻
mỹ phẩm	[ ]	화장품
bãi biển	[ ]	바닷가

22 thanh ngã + thanh ngã

단어	발음	뜻
mãi mãi	[ ]	영원히
kỹ lưỡng	[ ]	주의깊게

23 thanh ngã + thanh sắc

단어	발음	뜻
miễn phí	[ ]	무료
ngữ pháp	[ ]	문법

24 thanh ngã + thanh nặng

단어	발음	뜻
lĩnh vực	[ ]	영역
mỹ thuật	[ ]	미술

25 thanh sắc + thanh ngang

단어	발음	뜻
khó khăn	[ ]	어려운
chứng minh	[ ]	증명하다

26 thanh sắc + thanh huyền

단어	발음	뜻
áo dài	[ ]	아오자이
vấn đề	[ ]	문제

27 thanh sắc + thanh hỏi

단어	발음	뜻
chính phủ	[ ]	정부
xuất khẩu	[ ]	수출하다

28 thanh sắc + thanh ngã

단어	발음	뜻
bác sĩ	[ ]	의사
hấp dẫn	[ ]	매력있는

29 thanh sắc + thanh sắc

단어	발음	뜻
chú ý	[ ]	주의하다
thế giới	[ ]	세계

30 thanh sắc + thanh nặng

단어	발음	뜻
thức dậy	[ ]	일어나다
khách sạn	[ ]	호텔

31 thanh nặng + thanh ngang

단어	발음	뜻
chị em	[ ]	자매
tự do	[ ]	자유

32 thanh nặng + thanh huyền

단어	발음	뜻
vợ chồng	[ ]	부부
thị trường	[ ]	시장

33 thanh nặng + thanh hỏi

단어	발음	뜻
hiệu quả	[ ]	효과
lịch sử	[ ]	역사

34 thanh nặng + thanh ngã

단어	발음	뜻
ngoại ngữ	[ ]	외국어
nghệ sĩ	[ ]	예술가

35 thanh nặng + thanh sắc

단어	발음	뜻
hộ chiếu	[ ]	여권
tạp chí	[ ]	잡지

36 thanh nặng + thanh nặng

단어	발음	뜻
bệnh viện	[ ]	병원
đại học	[ ]	대학

Sapa
Hanoi
Halong Bay
Hue
Da Nang
Hoi An
Dalat
Ho Chi Minh

01

여러분, 안녕하세요?

Xin chào các bạn

주요 문법 • có… không? (의문형 문법) • là 동사

대화 포인트

- Chào anh. Anh có khỏe không? 안녕하세요. 잘 지냈어요?
- Đây là ai? 이 사람은 누구예요?
- Xin lỗi, Chị tên là gì? 실례지만 이름이 뭐예요?

01 여러분, 안녕하세요?

Xin chào các bạn

★ **다음 단어를 듣고 따라 말해 보세요.** Track 005

인칭/주어 Chủ ngữ

Ông	할아버지, 직급이 높은 남성	Bà	할머니, 직급이 높은 여성
Anh	오빠, 형	Chị	언니, 누나
Cô	여자 선생님, 고모, 숙모, 아가씨, 아줌마 등 여자를 통칭	Thầy	남자 선생님
Em	동생 (남녀 구분 없이 나이가 어리거나 직급이 낮은 사람)	Cháu	조카, 손자, 손녀
Tôi / Tớ	나	Cậu	너
Bác / Chú	아저씨	Các bạn	여러분 Các : ~들 Bạn : 친구
Chúng ta	우리 (청자 포함)	Chúng tôi	우리 (청자 불포함)

★ 베트남에서는 인사를 할 때 나이나 지위에 따라 호칭어가 달라지기 때문에 베트남어의 주어 표현은 매우 중요한 부분 중 하나입니다. 처음 만난 사람과 인사할 때 어떤 호칭을 쓰는지 확실히 짚고 넘어 갑시다.

확인합시다!

빈칸에 알맞은 말을 쓰세요.

* 나보다 나이가 많은 남자의 호칭어 : (   )
* 나보다 나이가 어리거나 직급이 낮은 사람의 호칭어 : (   )
* 언니나 누나를 부르는 호칭어 : (   )

답 Anh / Em / Chị

문법 & 예문

có…không (의문형 문법)

주어 + có + 동사/형용사 + không? : '주어'는 ~입니까?
주어가 어떠한 상태인지 혹은 어떤 동작을 하는지 묻는 표현으로 이때 có는 생략 가능하다.

Ví dụ Anh có biết không? (=Anh biết không?) 당신은 알고 있나요?
Anh có hiểu không? (=Anh hiểu không?) 당신은 이해하나요?

A: Anh có khỏe không? 당신은 건강합니까?
아인 꺼 코에 컴

B: Tôi khỏe. 저는 건강해요.
또이 코에

A: Anh có mệt không? 당신은 피곤합니까?
아인 꺼 멧 컴

B: Tôi mệt. 저는 피곤합니다.
또이 멧

Ví dụ(비주)는 비유, 즉 예문을 뜻해요.

- biết 비엣 알다
- hiểu 히에우 이해하다
- mệt 멧 피곤하다

là 동사

là는 '~이다'라는 표현으로 be 동사의 역할을 한다. là는 주어 바로 뒤에 나오며, 뒤에 명사가 나온다. 즉, '주어 + là + 명사'의 형태이다.

Ví dụ Ông ấy là giáo viên. 그는 선생님입니다.
옹 어이 라 자오 비엔

Tôi là người Hàn Quốc. 나는 한국 사람입니다.
또이 라 응어이 한 꾸옥

Tôi tên là Mai. 내 이름은 마이입니다.
또이 뗀 라 마이

회화 1

전체듣기 Track 006 따라하기 Track 007

Mai Chào anh Duy. Anh có khỏe không?
짜오 아인 주이 아인 꺼 코에 콤

Duy Chào chị Mai.
짜오 찌 마이

Tôi khỏe.
또이 코에

Cảm ơn chị.
깜언 찌

Còn chị?
껀 찌

Mai Tôi cũng khỏe. Cảm ơn anh.
또이 꿈 코에 깜언 아인

- chào 안녕
- khỏe 건강한
- cảm ơn=cám ơn 감사합니다
- còn 그리고
- cũng 역시, 또한

Mai 안녕하세요 주이 씨. 잘 지냈어요?
Duy 안녕하세요 마이 씨.
저는 건강해요(잘 지냈어요).
감사합니다.
당신은 잘 지냈어요?
Mai 저도 잘 지냈어요. 감사합니다.

- có… không?은 의문형이며, '주어 + có + 동사/형용사 + không?'의 어순이다. 이때 có는 생략 가능하다.
- 문장 맨 앞은 항상 대문자로 표기하며, 그 외는 소문자로 쓴다. 단, 고유명사는 대문자로 시작한다.
- 주어가 남자면 anh을 쓰고 주어가 여자면 chị를 쓴다.
  Em có khỏe không? → Em khỏe.
  Anh có khỏe không? → Anh khỏe.
  'tôi'는 교재나 문서에서만 사용하고 회화에서는 em, anh, chị와 같은 호칭을 사용한다.
- 형용사는 là 없이 '주어 + 형용사'의 형식으로 쓴다.
  예 Tôi khỏe
- 'còn anh?'은 'and you?'의 의미로 사용한다.
- Tôi는 남녀 구분 없이 '나'라는 개념의 대명사로 쓰이지만, 베트남어 호칭에서 자주 쓰이는 표현은 아니다.

교체연습

Chào anh
chị
em

회화 ❷

전체듣기 Track 008 따라하기 Track 009

Mai **Đây là ai?**
더이 라 아이

Duy **Đây là bạn của tôi.**
더이 라 반 꾸어 또이

Mai **Chào chị. Rất vui được gặp chị.**
짜오 찌 젓 부이 드억 갑 찌

Loan **Chào cô. Tôi cũng rất vui được gặp cô.**
짜오 꼬 또이 꿈 젓 부이 드억 갑 꼬

- đây 이것, 이분
- là ~이다
- ai 누구
- bạn 친구
- của ~의, ~의 것
- rất 매우
- vui 기쁜
- được + 동사
  ~이 되다(긍정 수동태)
- gặp 만나다

Mai 이 사람은 누구예요?
Duy 이 사람은 제 친구예요.
Mai 안녕하세요. 만나서 반갑습니다.
Loan 안녕하세요. 저도 역시 만나서 반갑습니다.

- đây는 사람이나 물건 앞에 붙이는 것으로 this의 의미로 사용할 수 있다. 그러나 đây는 일반적으로 지시대명사로 주어 자리에 와서 문장 구성이나 문형에서 사용할 수 있는 표현이다. that의 의미로는 đó를 사용한다.
  Đây là ai? → Đây là cô Mai.
  Đó là ai? → Đó là anh Duy.
- của는 소유격으로 한국 어순과 반대 형태로 쓰인다. 명사가 없이 của tôi만 쓰면 '나의 것, 내 것'의 의미가 된다.
  bạn của tôi 나의 친구
  nhà của tôi 나의 집
  túi xách của anh ấy 그의 가방
  이때 ấy는 3인칭을 나타낸다. anh은 2인칭 주어로 오빠, 형을 나타내며 anh ấy는 '그'라는 표현으로 사용할 수 있다.
- Rất vui được gặp + (상대방 주어) : 격식을 갖춘 표현이다. 베트남에서는 보통 'chào + (상대방 주어)' 혹은 '(상대방 주어) + có khỏe không?' 정도의 문장으로만 이야기하더라도 예의를 갖춘 인사와 반가움을 표현할 수 있다.

교체 연습

Rất vui được gặp anh / thầy / chị

회화 ❸

전체듣기 Track 010 따라하기 Track 011

Mai **Xin lỗi, Chị tên là gì?**
씬로이 찌 뗀 라 지

Loan **Chào cô. Tôi tên là Loan.**
짜오 꼬 또이 뗀 라 로안

Mai **Rất vui được gặp chị.**
젓 부이 드억 갑 찌

Loan **Rất vui được gặp cô.**
젓 부이 드억 갑 꼬

- xin lỗi 실례합니다, 죄송합니다
- tên 이름
- gì 무엇

Mai 실례지만 이름이 뭐예요?
Loan 안녕하세요. 제 이름은 로안입니다.
Mai 만나서 매우 반가워요.
Loan 만나서 매우 반가워요.

- 이름을 물어보는 표현
(chị) tên là gì? = tên của chị là gì?
- '나'에 해당하는 단어로 'tôi'를 많이 사용한다. 앞서 말하였듯이 tôi는 일상 회화에서 사용하지 않는다. 나이가 많거나 직급이 높은 사람이 어린 사람을 지칭할 때는 'em'을 사용하며, 나이가 어리거나 직급이 낮은 사람이 나보다 높은 사람과 이야기할 때 'em'으로 사용한다.

(여자, 20살)		(남자, 18살)
Chào em.	→	Chào chị.
Em tên là gì?	→	Em tên là Duy.
Chị tên là Loan.	←	Chị tên là gì?

교체 연습

Chị / Em / Bạn	tên là gì?

말하기/듣기

말하기 다음 표현을 활용해서 말하기 연습을 해 보세요. Track 012

A Chào anh.

B Anh có khỏe không?

C Tôi khỏe. còn anh?

D Anh tên là gì?

A chị cô em

B Chị Cô Em

C chị cô em

D Chị Cô Em

듣기 처음 만난 두 사람이 인사를 하고 있습니다. 대화를 듣고 물음에 답해 보세요.

Track 013

1. 여자의 이름은 무엇인가요?

   A. Lan B. Loan C. Mai

2. 남자의 이름은 무엇인가요?

   A. Thanh B. Duy C. Lộc

연습문제

1 그림을 보고 알맞은 단어를 쓰세요.

A: Chào ________________.

B: Chào ________________.

2 빈칸에 알맞은 단어를 넣어 주세요.

cũng, tên, khỏe, gì, còn, cảm ơn

A. Chào cô Mai. Cô có _________ không?

B. _________ anh. Tôi khỏe. _________ anh?

C. Cảm ơn. Tôi _________ khỏe.

D. Xin lỗi, anh tên là _________?

E. Tôi _________ là Duy.

3 다음 단어를 문맥에 맞게 정렬해 보세요.

A. Mai / tên / tôi / là

_______________________________________.

B. khỏe / anh / không / có

_______________________________________?

C. vui / rất / gặp / cô / được

_______________________________________.

독해 및 쓰기

★ **다음을 읽고 해석해 보세요.**

Chào anh. Xin lỗi, anh tên là gì?
Chào cô. Tôi tên là Duy. Còn cô?
Tôi tên là Mai. Anh có khỏe không?
Tôi khỏe. Rất vui được gặp cô.

[해석]

해석한 내용을 보고, 베트남어로 써 보세요.

02

당신은 베트남 사람이 맞나요?

Anh là người Việt Nam phải không?

하노이 도안몬

주요 문법 • ...phải không? (의문형 문법) • được (할 수 있다)

대화 포인트

- Xin lỗi, chị là người nước nào? 실례지만 어느 나라 사람이시죠?
- Tôi không phải là người Việt. 나는 베트남 사람이 아니에요.
- Chị nói được tiếng Pháp phải không? 당신은 프랑스어를 할 수 있죠?

02 당신은 베트남 사람이 맞나요?
Anh là người Việt Nam phải không?

★ **다음 단어를 듣고 따라 말해 보세요.** Track 014

나라 이름 Tên nước

Hàn Quốc 한국

Việt Nam 베트남

Trung Quốc 중국

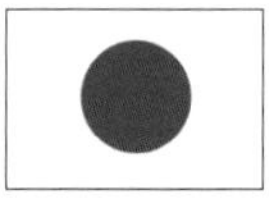
Nhật Bản 일본

Lào 라오스

Thái Lan 태국

Đài Loan 대만

Campuchia 캄보디아

Tây Ban Nha 스페인

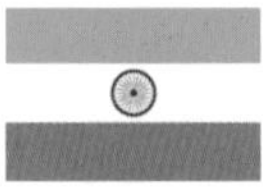
Ấn độ 인도

Mỹ 미국

Brazin 브라질

Pháp 프랑스

Đức 독일

Anh 영국

Úc 호주

Châu Á 아시아　　Châu Âu 유럽　　Châu Mỹ 아메리카　　Châu Phi 아프리카

★ 나라 이름 앞에 người를 붙이면 그 나라 사람임을 표현할 수 있다. 예 Hàn Quốc ⇒ người Hàn Quốc.

★ 나라 이름 앞에 tiếng을 붙이면 그 나라 언어를 표현할 수 있다. 예 Việt Nam ⇒ Tiếng Việt (이때 nam은 생략 가능)

확인합시다!

다음 국기를 보고 해당하는 나라의 이름을 써 보세요.

(　　　　　)

(　　　　　)

(　　　　　)

(　　　　　)

답 Hàn Quốc　Việt Nam　Trung Quốc　Nhật Bản

문법 & 예문

…phải không? (의문형 문법)

~phải không? : ~이 맞나요?

★ không은 여러 가지 형태가 있다. 그중에서 의문형과 부정형의 không은 매우 중요하다.

❶ 의문형의 không

예 Anh có khỏe không?

❷ 부정형의 không

không + 동사 / 형용사

예 không học 공부하지 않는다 không đẹp 예쁘지 않다

★ không phải là + 명사

예 không phải là người Việt Nam. 베트남 사람이 아니다.

→ phải는 '맞다(yes)'의 의미인데 'không + phải'는 '맞지 않다'라는 의미로 볼 수 있다. phải không으로 단어 순서를 바꿔서 읽으면 '~이 맞나요?'의 의문형이 된다.

- học 공부하다
- đẹp 예쁘다

Ví dụ A: Anh là người Hàn Quốc phải không? 당신은 한국 사람 맞죠?
아인 라 응어이 한꾸옥 파이 콤

(긍정) B: Dạ vâng(phải). Tôi là người Hàn Quốc. 네 맞아요. 나는 한국 사람이에요.
자 벙(파이) 또이 라 응어이 한꾸옥

(부정) B: Dạ không. Tôi không phải là người Hàn Quốc. 아니요. 나는 한국 사람이 아니에요.
자 콤 또이 콤 파이 라 응어이 한꾸옥

được (할 수 있다)

동사 + được : ~할 수 있다

nói được 말할 수 있다 nhảy được 춤출 수 있다

★ 'không + 동사/형용사 + được'은 능력을 부정하는 표현이다.

예 không nói 말을 안 한다 → không nói được 말을 할 수 없다

- nói 말하다
- nhảy 춤추다

Ví dụ A : Anh nói được tiếng Việt không? 당신은 베트남어를 할 수 있어요?
아인 노이 드억 띠엥 비엣 콤

(긍정) B : Dạ vâng(phải). Tôi nói được tiếng Việt. 네. 나는 베트남어를 할 수 있어요.
자 벙(파이) 또이 노이 드억 띠엥 비엣

(부정) B: Dạ không. Tôi không nói được tiếng Việt. 아니요. 나는 베트남어를 할 수 없어요.
자 콤 또이 콤 노이 드억 띠엥 비엣

회화 1

전체듣기 Track 015 따라하기 Track 016

Loan Chị tên là Mai phải không?
찌 뗀 라 마이 파이 콤

Mai Dạ vâng. Tôi tên là Mai.
자 벙 또이 뗀 라 마이

Loan Xin lỗi, Chị là người nước nào?
씬 로이 찌 라 응어이 느억 나오

Mai Tôi là người Hàn Quốc.
또이 라 응어이 한 꾸옥

- dạ vâng 맞다. 네(존대어)
- người 사람
- nước 나라
- nào 어느
- môn 과목

Loan 당신의 이름은 마이가 맞나요?
Mai 네 맞아요. 제 이름은 마이예요.
Loan 실례지만 어느 나라 사람이시죠?
Mai 나는 한국 사람이에요.

- Dạ vâng : dạ는 일반적으로 예의를 갖출 때 문장 맨 앞에서 사용하며 특별한 의미가 없다.
- (주어) + là người nước nào? : 국적을 묻는 질문이며 nào는 '어느'라는 뜻으로 일반적으로 '명사 +nào'의 형태로 사용할 수 있다.

  Anh là người nước nào? 당신은 어느 나라 사람입니까?
  Em muốn học môn nào? 너는 어떤 과목을 공부하고 싶니?
  muốn은 '원하다'라는 뜻이며 '주어 + muốn + 동사' 형태로 사용할 수 있다.
  예 Tôi muốn học tiếng Việt. 나는 베트남어를 공부하고 싶습니다.

교체 연습

Cô là người nước nào? → Tôi là người Hàn Quốc .
Nhật Bản
Tây Ban Nha

회화 ❷

전체듣기 Track 017 따라하기 Track 018

Mai　Chị là người Việt phải không?
찌 라 응어이 비엣 파이 콩

Loan　Dạ không. Tôi không phải là người Việt.
자 콩 또이 콩 파이 라 응어이 비엣

Mai　Xin lỗi, Chị là người nước nào?
씬 로이 찌 라 응어이 느억 나오

Loan　Dạ. Tôi là người Mỹ.
자 또이 라 응어이 미이

- người Việt 베트남 사람
- người Mỹ 미국 사람

- giáo viên 선생님
- học sinh 학생
- nhân viên 직원

Mai　당신은 베트남 사람이 맞죠?
Loan　아니요. 나는 베트남 사람이 아니에요.
Mai　실례지만 어느 나라 사람이죠?
Loan　네. 나는 미국 사람입니다.

- '~phải không?'의 문법을 기억하자. 앞서 말하였듯 이 문법은 '~이 맞지요?'의 의미로 사용된다. 즉, '(주어)는 (명사)가 맞습니까?'의 형태로 해석하면 된다.

  예 Anh tên là Duy phải không? 당신의 이름은 주이가 맞습니까?
  Chị là giáo viên phải không? 당신은 선생님이 맞습니까?
  Em là học sinh phải không? 당신은 학생이 맞습니까?
  Cô là nhân viên phải không? 당신은 직원이 맞습니까?

- (주어) + không phải là + A(명사) : '(주어)는 A(명사)가 아니다'는 뜻으로 '~phải không?'의 질문에 대한 부정을 나타내는 문장이다.

  예 Tôi không phải là Duy. 나는 주이가 아닙니다.
  Tôi không phải là giáo viên. 나는 선생님이 아닙니다.
  Tôi không phải là học sinh. 나는 학생이 아닙니다.
  Tôi không phải là nhân viên. 나는 직원이 아닙니다.

교체 연습

Chị	là người	Việt Nam	phải không? → Dạ không. Tôi không phải là	người Việt .
Anh		Hàn Quốc		người Hàn Quốc
Em		Tây Ban Nha		người Tây Ban Nha

회화 ③

전체듣기 Track 019 따라하기 Track 020

Mai Chị nói được tiếng Pháp phải không?
찌 노이 드억 띠엥 팝 파이 콤

Loan Dạ không. Tôi không nói được tiếng pháp.
자 콤 또이 콤 노이 드억 띠엥 팝

Tôi nói được tiếng Anh và một ít tiếng Việt.
또이 노이 드억 띠엥 아인 바 못 잇 띠엥 비엣

Còn cô? Cô nói được tiếng Anh không?
껀 꼬 꼬 노이 드억 띠엥 아인 콤

Mai Dạ Vâng. Tôi nói được tiếng Anh.
자 벙 또이 노이 드억 띠엥 아인

- nói 말하다
- được 할 수 있다
- tiếng Pháp 프랑스어
- tiếng Anh 영어
- và 그리고, ~와
- một ít 조금
- tiếng Việt 베트남어

Mai 당신은 프랑스어를 할 수 있죠?

Loan 아니요. 나는 프랑스어를 할 줄 몰라요.
나는 영어와 베트남어를 조금 할 수 있어요.
당신은요? 당신은 영어를 할 수 있어요?

Mai 네. 나는 영어를 할 수 있어요.

- nói được : 동사 nói(말하다)에 được(할 수 있다)이 붙어 '말할 수 있다'가 된다.
  nói được 앞에 không을 사용하여 부정 형태도 만들 수 있다. → Không nói được

* tiếng+ A(나라) : A 나라 언어
tiếng+ Nhật Bản 일본어
tiếng+ Trung Quốc 중국어

* và : '~와'의 뜻으로 앞의 단어나 문장을 연결하는 데 사용된다.
Cà phê và Trà đá 커피와 아이스 녹차
Xe buýt và tàu hỏa 버스와 기차

교체 연습

Chị nói được tiếng Pháp phải không?
tiếng Nhật Bản
tiếng Trung Quốc

말하기/듣기

말하기 다음 표현을 활용해서 말하기 연습을 해 보세요. Track 021

Ⓐ Anh là người nước nào?

Ⓑ Tôi là người Việt Nam.

Ⓒ Anh nói được tiếng Anh phải không?

Ⓓ Anh nói được tiếng Việt không?

Ⓐ	Chị	Cô	Em
Ⓑ	Mỹ	Hàn Quốc	Trung Quốc
Ⓒ	tiếng Pháp	tiếng Việt	tiếng Brazin
Ⓓ	Chị	Cô	Em

듣기 남자와 여자가 서로 국적에 대해 이야기하고 있습니다.
대화를 듣고 물음에 답해 보세요. Track 022

① 남자는 어느 나라 사람인가요?

A. Mỹ B. Hàn Quốc C. Pháp

② 여자는 어느 나라 사람인가요?

A. Mỹ B. Hàn Quốc C. Pháp

③ 남자는 프랑스어를 할 수 있나요?

A. 네 B. 아니요

연습문제

1 그림을 보고 알맞은 단어를 쓰세요.

Chị ấy là ______________________.

Chị ấy nói được ________________.

2 빈칸에 알맞은 단어를 넣어 주세요.

được / nước / không / phải không / Úc

A. Xin lỗi. Cô là người _______ nào?

B. Tôi là người _______.

C. Anh là người Hàn Quốc _______?

D. Em nói _______ tiếng Anh không?

E. Tôi _______ nói được tiếng Pháp.

3 다음 단어를 문맥에 맞게 정렬해 보세요.

A. người / nam / Việt Nam / là

____________________________________.

B. người / chị / không / là / phải / Mỹ / ấy

____________________________________?

C. Anh / tiếng / nói / cô ấy / được

____________________________________.

독해 및 쓰기

★ **다음 글을 읽고 물음에 답하세요.**

Chào các bạn. Tôi tên là YeonJin.
Các bạn có khỏe không?
Tôi là người Hàn Quốc. Tôi nói được tiếng Anh và một ít tiếng Việt.
Tôi học tiếng Việt ở trung tâm ngoại ngữ Thành Phố Seoul.
Cảm ơn nhiều.

- trung tâm 센터, 중심
- ngoại ngữ 외국어
- nhiều 많은

위 글을 읽고 맞는 것에 ○표 하세요.

1. 나는 베트남 사람입니다. ( )
2. 나는 서울에서 공부를 합니다. ( )
3. 나는 영어를 할 수 있습니다. ( )

03

당신의 직업이 무엇이죠?

Chị làm nghề gì?

주요 문법 · 직업 묻고 대답하는 표현 · đang (현재시제)

대화 포인트

- Chị làm nghề gì? 당신의 직업이 무엇이죠?
- Chị làm việc ở đâu? 당신은 어디에서 일해요?
- Anh sống ở đâu? 당신은 어디에 살아요?

03 당신의 직업이 무엇이죠?

Chị làm nghề gì?

★ 다음 단어를 듣고 따라 말해 보세요. Track 023

직업 Nghề nghiệp

Bác sĩ	의사	Y tá	간호사
Nhà báo	기자	Diễn viên	배우
Ca sĩ	가수	Kỹ sư	기술자
Giáo viên	교사	Học sinh	초 · 중 · 고등학생
Sinh viên	대학생	Nhân viên	직원
Công nhân	근로자	Giám đốc	사장
Đầu bếp	요리사	Thông dịch viên	통역사
Luật sư	변호사	Nội trợ	주부
Công an	경찰	Tài xế	운전기사
Người giúp việc	가정부	Thư ký	비서

장소 Nơi, chỗ

Bệnh viện	병원	Trường đại học	대학교	Công ty	회사
Tiệm	상점	Cửa hàng	상점	Nhà máy	공장
Nhà hàng	식당	Nhà sách	서점	Ngân hàng	은행
Nhà thờ	교회	Công viên	공원	Siêu thị	마켓
Nhà	집	Đại sứ quán	대사관	Bưu điện	우체국
Hiệu thuốc	약국	Chợ	시장		

확인합시다!

다음 장소와 관련 있는 사람을 연결해 보세요.

Bệnh viện •	• Sinh viên
Công ty •	• Nhân viên
Trường đại học •	• Bác sĩ

답 Bệnh viện - Bác sĩ
Công ty- Nhân viên
Trường đại học - Sinh viên

문법 & 예문

직업을 묻고 대답하는 표현

Làm việc : 일하다

Làm việc + ở + 장소 : ~에서 일하다

Ví dụ Tôi làm việc ở bệnh viện. 병원에서 일하다.

Tôi làm việc ở công ty Hàn Quốc. 한국 회사에서 일하다.

A: Anh làm việc ở đâu? 당신은 어디서 일해요?
아인 람 비엑 어 더우

B: Tôi làm việc ở công ty Hàn Quốc. 나는 한국 회사에서 일해요.
또이 람 비엑 어 꽁 띠 한꾸옥

A: Anh làm nghề gì? 당신은 무슨 일을 해요?
아인 람 녜 지

B: Tôi là nhà báo. 나는 기자예요.
또이 라 냐 바오

- việc 일
- nghề 직업, 분야
- đâu 어디

đang 현재시제

đang + 동사 : 현재진행형(~고 있다)

Ví dụ đang + học 공부하고 있다

đang + ăn cơm 밥을 먹고 있다

đang + uống cà-phê 커피를 마시고 있다

A: Anh đang làm gì? 당신은 지금 뭐해요?
아인 당 람 지

B: Tôi đang xem tivi. 나는 지금 TV를 보고 있어요.
또이 당 쌤 띠비

A: Cô đang sống ở đâu? 당신은 지금 어디 살아요?
꼬 당 쏭 어 더우

B: Tôi đang sống ở Thành Phố Hồ Chí Minh. 나는 지금 호찌민 시에 살고 있어요.
또이 당 쏭 어 타인 포 호 찌 민

- ăn 먹다
- cơm 밥
- uống 마시다
- cà-phê 커피
- xem 보다
- sống 살다

회화 ❶

전체듣기 Track 024 따라하기 Track 025

Mai Chị là y tá, phải không?
찌 라 이 따 파이 콤

Loan Dạ không. Tôi không phải là y tá.
자 콤 또이 콤 파이 라 이 따

Chị làm nghề gì?
찌 람 응애 지

Mai Tôi là bác sĩ.
또이 라 박 시

- làm 하다
- nghề 직업
- y tá 간호사
- dạ không 아니다

Mai 당신은 간호사 맞죠?

Loan 아니요. 나는 간호사가 아니에요.
당신의 직업이 무엇이죠?

Mai 나는 의사예요.

- (주어) + làm nghề gì?는 직업을 묻는 표현이다.
  = Dạo này anh làm gì?

  예 ❶ A: Anh làm nghề gì? 당신의 직업은 무엇입니까?
  B: Tôi là nhân viên công ty ABC. 나는 ABC 회사 직원입니다.

  ❷ A: Dạo này anh làm gì? 요즘 당신은 무엇을 합니까?
  B: Dạo này tôi đang làm tài xế. 요즘 저는 운전기사 일을 하고 있습니다.

> 'dạo này'는 '요즘'인데 다음과 같이 쓰일 수 있다.
> Dạo này em làm việc ở bệnh viện phải không? 요즘 당신은 병원에서 일하는 것이 맞지요?

교체 연습

Chị	làm nghề gì?	→	Tôi là	bác sĩ.
Anh				sinh viên
Cô				giáo viên
Em				học sinh

회화 ❷

전체듣기 Track 026 따라하기 Track 027

Mai Chị làm việc ở đâu?
찌 람 비엑 어 더우

Loan Tôi làm việc ở bệnh viện Sài Gòn.
또이 람 비엑 어 벤 비엔 사이 건

Mai Anh cũng là bác sĩ phải không?
아인 꿈 라 박 시이 파이 콤

Duy Dạ vâng. Tôi cũng là bác sĩ ở bệnh viện Sài Gòn.
자 벙 또이 꿈 라 박 시 어 벤 비엔 사이 건

- ở ~에 있다
- đâu 어디
- bệnh viện 병원
- cũng 역시, 또한

Mai 당신은 어디에서 일해요?
Loan 나는 사이공 병원에서 일해요.
Mai 당신 역시 의사 맞죠?
Duy 네. 나도 역시 사이공 병원의 의사예요.

- ở đâu? : '어디에서'를 묻는 표현으로 장소를 물을 때 사용한다.

예 A: Hiện nay anh làm việc ở đâu? 현재 당신은 어디에서 일합니까?
B: Tôi đang làm việc ở công ty du lịch. 저는 여행사에서 일합니다.

교체 연습

Chị	làm việc ở đâu? →	Tôi làm việc ở	bệnh viện .
Anh			bưu điện Thành Phố
Em			siêu thị
Cô			nhà hàng

(Bưu điện Thành Phố 중앙우체국)

회화 ❸

전체듣기 Track 028 따라하기 Track 029

Mai Anh sống ở đâu?
아인 송 어 더우

Duy Tôi sống ở Thành Phố Hồ Chí Minh.
또이 쏭 어 타인 포 호찌민

Chị sống ở đâu?
찌 송 어 더우

Mai Tôi sống ở Quận Gang-Nam Thành Phố Seoul.
또이 쏭 어 꾸언 강 남 타인 포 서울

- sống 살다
- Thành Phố 시(도시)
- Quận 구

Mai 당신은 어디에 살아요?
Duy 나는 호찌민 시에 살아요.
당신은 어디에 살죠?
Mai 나는 서울 강남구에 살아요.

- ở : '~에 머무르다', '~에 있다'라는 의미인데 '동사 + ở + 명사'의 형식으로 쓰인다.

Tôi sống ở Thành Phố Seoul. 나는 서울시에 살아요.
Tôi làm việc ở nhà sách. 나는 서점에서 일해요.

교체 연습

Bây giờ anh sống ở đâu? → Tôi đang sống ở Quận 1 Thành Phố Hồ Chí Minh.
Gang- Nam Thành Phố Seoul

말하기/듣기

말하기 다음 표현을 활용해서 말하기 연습을 해 보세요. Track 030

Ⓐ Chị ấy là ca sĩ.

Ⓑ Tôi làm việc ở bệnh viện.

Ⓒ Anh sống ở đâu?

Ⓐ	luật sư	thông dịch viên	công nhân
Ⓑ	công ty	bưu điện	ngân hàng
Ⓒ	Chị	Em	Ông

듣기 남자와 여자가 직업과 사는 곳에 대해 이야기하고 있습니다.
대화를 듣고 물음에 답해 보세요. Track 031

1. 남자의 직업은 무엇인가요?

   A. Bác sĩ B. Y tá C. Giáo sư

2. 남자는 어디에 살고 있나요?

   A. Bệnh viện B. Thành Phố Hồ Chí Minh C. Hà Nội

연습문제

1 그림을 보고 알맞은 단어를 쓰세요.

A. Chị Mai là ________.　B. Anh Nam là________.　C. Cô Nga là________.

2 다음 대답에 대한 질문을 만들어 보세요.

Q: ____?

A: Tôi là thông dịch viên.

Q: ____?

A: Tôi làm việc ở Quận Gang- Nam Thành Phố Seoul.

Q: ____?

A: Dạ không . Tôi không phải là giám đốc.

3 다음 단어를 문맥에 맞게 순서대로 쓰세요.

A. việc / làm / ở / Việt Nam / Cô Thủy / công ty

____.

B. phải / Chị ấy / không / luật sư / là

____.

C. sống / tôi / ở / Thành Phố Seoul

____.

D. tivi / tôi / đang / xem

____.

독해 및 쓰기

★ **다음 글을 읽고 물음에 답하세요.**

Anh Duy là bác sĩ ở bệnh viện ABC.
Anh ấy là người Hàn Quốc và anh ấy nói được tiếng Anh, tiếng Pháp.
Anh ấy làm việc và sống ở Thành Phố Hồ Chí Minh.
Dạo này anh ấy học tiếng Việt chăm chỉ vì anh ấy muốn giúp bệnh nhân nghèo.

- chăm chỉ 열심히
- vì 왜냐하면
- giúp 돕다
- bệnh nhân 환자
- nghèo 가난한

1. Duy의 직업은 무엇입니까?

2. Duy는 어느 나라 사람입니까?

3. Duy는 어떤 언어를 할 수 있습니까?

04

당신은 몇 살이에요?

Chị bao nhiêu tuổi?

주요 문법 · bao nhiêu / mấy (얼마/몇)

대화 포인트

- Năm nay chị bao nhiêu tuổi? 올해 나이가 몇 살이에요?
- Anh ấy sinh năm 1993 phải không? 그는 1993년생 맞죠?
- Hiện nay Nga mới 6 tuổi. 현재 응아는 이제 막 6살이에요.

04 당신은 몇 살이에요?

Chị bao nhiêu tuổi?

★ **다음 단어를 듣고 따라 말해 보세요.** Track 032

숫자 Con Số

Một	1	Sáu	6	Mười một	11	Mười sáu	16
Hai	2	Bảy	7	Mười hai	12	Mười bảy	17
Ba	3	Tám	8	Mười ba	13	Mười tám	18
Bốn	4	Chín	9	Mười bốn	14	Mười chín	19
Năm	5	Mười	10	Mười lăm	15	Hai mươi	20

★ 숫자의 3가지 규칙

1) 5 : Năm
   15 : mười năm → mười lăm
   ※ năm은 5일 때만 사용하고 15부터 5를 나타내기 위해서는 lăm을 사용한다.
2) 10 : mười
   20 : Hai mươi
   ※ 10까지는 mười이지만 20부터는 mười에 성조가 없어진다.
3) 1 : một
   11 : mười một
   21 : Hai mươi mốt
   ※ 1과 11에는 một이 Nặng 성조로 발음되지만 21부터 끝자리 1을 나타낼 때는 Mốt으로 Sắc 성조가 된다.

확인합시다!

다음 빈칸에 알맞은 말을 쓰세요.

Một	Hai		Bốn	
	Bảy	Tám		

답 Ba / Năm / Sáu / Chín / Mười

문법 & 예문

bao nhiêu / mấy

bao nhiêu와 mấy는 '얼마, 몇'을 나타내는 의문 형태이다.
둘의 차이점을 알아보자.

bao nhiêu : 10 이상의 수를 질문할 때 사용

예 Bao nhiêu tuổi? 몇 살이에요?
Bao nhiêu người? 몇 명이에요?
Bao nhiêu cái? 몇 개예요?
Bao nhiêu tiền? 얼마예요?

mấy : 10보다 작은 수를 질문할 때 사용

예 Mấy tuổi? 몇 살이니? (10살 이하의 어린아이에게만 사용하는 표현)
Mấy người? 몇 명이에요? (10명 이하인 경우)
Mấy cái? 몇 개예요? (10개 이하인 경우)

※ 가격을 물어보는 표현(bao nhiêu tiền?)은 'mấy tiền?'으로 사용하지 않는다.

Ví dụ

A : Năm nay cháu mấy tuổi? 올해 너는 몇 살이니?
B : Năm nay cháu 8 tuổi. 올해 나는 8살이에요.

A : Năm nay anh ấy bao nhiêu tuổi? 올해 그는 몇 살이죠?
B : Năm nay anh ấy 20 tuổi. 올해 그는 20살이에요.

- tuổi 나이
- tiền 돈
- cái 개 (1 piece)

회화 ①

전체듣기 Track 033 | 따라하기 Track 034

Mai　Chị Loan ơi. Năm nay chị bao nhiêu tuổi?
찌 로안 어이 남 나이 찌 바오 니에우 뚜오이

Loan　Năm nay chị 35 tuổi.
남 나이 찌 바 므이 람 뚜오이

Mai　Thế à? Chị trông trẻ quá.
테 아 찌 쫑 쩨 꾸아

Loan　Chị cảm ơn em.
찌 깜언 엠

- ơi 부를 때 사용하는 말
- năm nay 올해
- bao nhiêu 얼마
- tuổi 나이
- Thế à? 그래?, 진짜?
- Trông trẻ 어려 보이다 (trẻ 어린)
- quá 매우

Mai　로안 언니, 올해 나이가 몇 살이에요?
Loan　올해 나는 35살이야.
Mai　그래요? 언니 어려 보이네요.
Loan　고마워.

- 주어 + ơi : 주어를 부를 때 사용한다.
  chị Loan ơi 로안 언니
  anh Duy 주이 오빠
- năm nay : '올해'라는 뜻이며 năm은 숫자로 5라는 표현도 있지만 한자에서 해[年]의 의미도 있다.
- thế à? : '그래?'라고 놀랐을 때 사용하는 감탄사인데 베트남의 북부에서 많이 사용하는 표현이며, 남부에서는 'vậy hả?'라고 주로 사용한다.

교체 연습

Anh	bao nhiêu tuổi?	→ Tôi	35	tuổi.
Chị			17	
Ông			70	
Em			12	
Cô			24	

회화 ❷

전체듣기 Track 035 | 따라하기 Track 036

Mai　Năm nay anh Duy bao nhiêu tuổi?
　남 나이 아인 주이 바오 니에우 뚜오이

Loan　Năm nay anh ấy 23 tuổi.
　남 나이 아인 어이 하이 므어이 바 뚜오이

Mai　Anh ấy sinh năm 1993 phải không?
　아인 어이 신 남 못찐찐바 파이 콤

Loan　Dạ phải.
　자 파이

• sinh năm 생년
• một ngàn (남)/ một nghìn (북) 1000

Mai　올해 주이는 몇 살이죠?
Loan　올해 그는 23살이에요.
Mai　그는 1993년생 맞죠?
Loan　네, 맞아요.

- Năm nay chị bao nhiêu tuổi? : Loan은 10살 이상으로 보였기 때문에 bao nhiêu를 사용했다.
- sinh năm : 생년이란 뜻이며, sinh năm bao nhiêu는 몇 년생인지 물어보는 표현이다.
- 100은 'một trăm'이라고 하며, 1000은 'một ngàn' 혹은 'một nghình'라고 한다.
- bao nhiêu tuổi와 sinh năm bao nhiêu는 비슷한 의미의 의문형이다. '몇 살입니까?'와 '몇 년생입니까?' 정도의 차이이기 때문에 잘 알아 두어야 한다. 이때 주의할 점은, 몇 살이냐고 물으면 일반적으로 나이로 대답하고 몇 년생이냐고 물으면 생년을 말하면 된다. 읽을 때는 한국어와 마찬가지로 '천, 구백, 구십, 사'의 순서로 읽기 때문에 '못 응안 찐 짬 찐 므어이 본'이라고 읽어야 한다.
- 간단한 큰 숫자 읽기(앞에 배운 내용을 토대로 써 보세요.)

100	Một trăm	1000	Một ngàn
200		2000	
300		3000	
400		4000	
500		5000	

교체 연습

Năm nay **chị bao nhiêu** tuổi? → Năm nay **tôi** **22** tuổi.
　　　　em mấy　　　　　　　　　　**em** **17**

Anh sinh năm bao nhiêu? → **Tôi** sinh năm **1985**.
Cháu　　　　　　　　　　　　　　　　**2001**

회화 ③

전체듣기 Track 037 따라하기 Track 038

Mai Chị có biết cháu Nga không?
찌 꼬 비엣 짜우 응아 콤

Loan Dạ biết. Nga là con gái của chị tôi.
자 비엣 응아라 껀가이 꾸어 찌 또이

Mai Năm nay Nga đi học phải không?
남 나이 응아 디 홉 파이 콤

Loan Dạ không. Hiện nay Nga mới 6 tuổi.
자 콤 히엔 나이 응아 머이 싸우 뚜오이

Cho nên Nga vẫn học ở nhà trẻ.
쩌넨 응아 번 홉 어 냐 쩨

- biết 알다
- cháu 손녀, 조카(어린아이를 나타낼 때 사용)
- con gái 딸
- hiện nay 현재
- cho nên 그러므로, 그래서
- vẫn 여전히
- nhà trẻ 유치원

Mai 당신은 응아를 아나요?
Loan 네 알아요. 응아는 우리 언니의 딸이에요.
Mai 올해 학교에 가죠?
Loan 아니요. 현재 응아는 이제 막 6살이에요.
그래서 여전히 유치원에서 공부해요.

- hiện nay : '현재'라는 표현으로 일반적으로 문장 맨 처음에 나온다.
- nhà trẻ : 어린이집, 유치원을 의미하며, 남부에서는 mầm non이라고도 한다.
- vẫn : '여전히'라는 표현인데 같은 의미로 còn, vẫn còn 등으로 표현할 수 있다.
- đi는 '가다'라는 동사이고, học는 '공부하다, 배우다'라는 동사이다. 이 둘을 합쳐서 '공부하러 가다', 즉 '학교 가다'라는 의미로 사용할 수 있다.
  예 đi làm (việc) 일하러 가다, 회사 가다

교체 연습

Anh ấy vẫn làm việc ở công ty Hàn Quốc .
học tiếng Việt
là bác sĩ
là học sinh

말하기/듣기

말하기 다음과 같이 말해 보세요. Track 039

A Năm nay anh Duy bao nhiêu tuổi?

B Năm nay em mấy tuổi?

C Năm nay tôi 5 tuổi.

D Anh sinh năm bao nhiêu?

A	chị ấy	mẹ của bạn	cô
B	em ấy	bé Nam	cháu
C	15	11	21
D	Chị	Cô	Em

듣기 남자와 여자가 나이에 대해 이야기하고 있습니다. 대화를 듣고 물음에 답해 보세요.

Track 040

1 여자의 나이는 몇 살인가요?

A. 32　　B. 33　　C. 23

2 여자는 몇 년생인가요?

A. 1988　　B. 1985　　C. 1984

연습문제

1 주어진 정보를 바탕으로 빈칸을 채워 보세요.

A. Anh Nam sinh năm 1985.

→ Năm nay anh ấy __________ tuổi.

B. Chị Alice sinh năm 1994.

→ Năm nay __________________.

C. Cô Nga sinh năm 1970.

→ __________________________.

2 다음 단어를 문맥에 맞게 순서대로 쓰세요.

A. không /sinh / năm / Nga / phải / 1994

____________________________________?

B. 22 / chị ấy / năm / tuổi / nay

____________________________________.

C. bao nhiêu / tuổi / chị / Loan

____________________________________?

3 다음 물음에 대해 자신의 대답을 쓰세요.

A. Năm nay bạn bao nhiêu tuổi?

____________________________________.

B. Bạn sinh năm 1993 phải không?

____________________________________.

C. Bạn sinh năm bao nhiêu?

____________________________________.

독해 및 쓰기

★ **다음 글을 읽고 자기소개를 해 보세요.**

Loan là người Trung Quốc.
Cô ấy đang sống ở Việt Nam.
Cô ấy là giáo viên tiếng Trung Quốc ở Việt Nam.
Cô ấy sinh năm 1988.
Năm nay Loan sẽ đi về Trung Quốc.
Vì Loan rất nhớ ba má và quê.

05

저의 가족은 4명입니다

Gia đình của tôi có 4 người

주요 문법 · đã (과거시제) · chưa와 không (부정 형태)

대화 포인트

- Cô đã kết hôn chưa? 당신은 결혼했어요?
- Tôi cũng chưa kết hôn. 나도 아직 결혼 안 했어요.
- Cô có mấy con? 당신은 몇 명의 자녀가 있나요?

05 저의 가족은 4명입니다.
Gia đình của tôi có 4 người.

★ 다음 단어를 듣고 따라 말해 보세요. Track 041

가족 Gia đình

Ông ngoại	외할아버지	Anh trai	오빠, 형
Bà ngoại	외할머니	Chị gái	언니, 누나
Ông nội	친할아버지	Em trai	남동생
Bà nội	친할머니	Em gái	여동생
Ba/Cha/Bố	아버지	Con cả	장남/장녀
Mẹ/Má	어머니	Con út	막내
Chồng	남편	Con trai	아들
Vợ	부인	Con gái	딸
Vợ chồng	부부	Cậu/ bác	삼촌, 고모부, 아저씨, 백부
Dì	이모	Cô	고모, 큰엄마, 아줌마, 숙모

확인합시다!

다음 빈칸에 알맞은 말을 쓰세요.

- 할아버지 (   )
- 할머니 (   )
- 아버지 (   )
- 어머니 (   )
- 남동생 (   )
- 언니 (   )

답 Ông / Bà / Ba, Cha, Bố / Mẹ, Má / Em trai / Chị gái

문법 & 예문

đã (과거시제)

베트남어에서 가장 중요한 시제는 과거시제인데, 다음 규칙만 이해하면 어떤 형태든 어렵지 않다. 과거시제는 질문 형태와 대답 형태가 다르다는 점을 염두에 두자!

(질문) 주어 + đã + 동사 + 목적어 + chưa?

Anh đã ăn cơm chưa? 밥 먹었어요?
주어 뒤에 나오는 'đã'는 생략 가능하다. 문장 맨 뒤에 나오는 chưa가 있으므로 과거시제 의문형이라고 알 수 있기 때문이다.

❶ 긍정 대답

주어 + đã + 동사 + 목적어 + rồi

Tôi đã ăn cơm rồi. 나는 밥을 먹었어요.
이때 주어 뒤에 나오는 'đã'는 생략 가능하다.
문장 맨 뒤에 rồi가 있으므로 과거시제라고 알 수 있기 때문이다.

❷ 부정 대답

주어 + chưa + 동사 + 목적어

Tôi chưa ăn cơm. 나는 밥을 아직 안 먹었어요.

• trường 학교
• đến 오다

Ví dụ A : Chị ấy đã đến trường chưa? 그녀는 학교에 갔어?
(긍정) B : Chị ấy đã đến trường rồi. 그녀는 학교에 갔어.
(부정) B : Chị ấy chưa đến trường. 그녀는 아직 학교에 안 갔어.

chưa와 không (부정 형태)

chưa와 không은 부정 형태로 볼 수 있지만, 엄연히 따지면 chưa는 '아직'이라는 부사로 사용된다.

Chưa + 동사/형용사 : 아직 ~ 안 했다

Không : 안 했다

Ví dụ Chưa ăn cơm. 밥을 아직 안 먹었다.
Không ăn cơm. 밥을 안 먹었다.

회화 1

전체듣기 Track 042 따라하기 Track 043

Loan Cô đã kết hôn chưa?
꼬 다 껫 혼 쯔어

Mai Vâng. Tôi đã kết hôn rồi.
벙 또이 다아 깻 혼 조이

Loan À, thế à? Đây là chồng của chị à?
아 테 아 더이 라 쫑 꾸어 찌 아

Mai Dạ vâng. Đây là chồng của tôi.
자 벙 더이 라 쫑 꾸어 또이

- kết hôn 결혼하다
- thế à 그렇군요
- à? [문미조사] 맞지요?, 그래요? (phải không과 같은 개념으로 해석 가능)
- chồng 남편

- làm việc 일하다
- xong 끝내다 (동사+xong) 동사를 끝마치다의 형태로 사용
- phim 영화
- đọc 읽다
- báo 신문
- nấu ăn 요리하다

Loan 당신은 결혼했어요?
Mai 네. 나는 결혼했어요.
Loan 아. 그래요? 이 사람이 당신의 남편인가요?
Mai 네 맞아요. 이 사람은 나의 남편이에요.

- đã + (동사) + chưa? : 과거에 대한 질문이다.

예 Anh đã học tiếng Việt chưa? 오빠는 베트남어 공부를 했나요?
Chị đã làm việc xong chưa? 언니는 일을 다 끝마쳤나요?
Em đã xem phim đó chưa? 너는 그 영화를 봤니?
Cô đã ăn cơm chưa? 언니는 밥 먹었나요?
Ông đã đọc báo chưa? 할아버지께서는 신문을 읽으셨나요?
Bà đã nấu ăn chưa? 할머니는 요리를 하셨나요?

- 주어 + đã + (동사) + rồi. : 과거에 대한 긍정적인 대답이다.

예 Anh đã học tiếng Việt rồi. 오빠는 베트남어 공부가 끝났어.
Chị đã làm việc xong rồi. 언니는 일을 다 끝마쳤어.
Em đã xem phim đó rồi. 나는 그 영화를 봤어.
Cô đã ăn cơm rồi. 언니는 밥을 다 먹었어.
Ông đã đọc báo rồi. 할아버지는 신문을 읽으셨어.
Bà đã nấu ăn rồi. 할머니는 요리를 하셨어.

교체 연습

Anh đã học tiếng Việt chưa? → Tôi đã học tiếng Việt rồi.
Chị xem phim
Em nấu ăn

회화 ❷

전체듣기 Track 044 따라하기 Track 045

Mai Chị đã lấy chồng chưa?
찌 다 러이 쫑 쯔어

Loan Dạ chưa. Tôi chưa lấy chồng. Còn chị?
자 쯔어 또이 쯔어 러이 쫑 껀 찌

Mai Tôi cũng chưa kết hôn.
또이 꿈 쯔어 껫 혼

Gia đình của chị có bao nhiêu người?
지아 딘 꾸어 찌 꼬 바오 니우 응어이

Loan Gia đình tôi có 3 người là bố, mẹ và tôi.
지아 딘 또이 꼬 바 응어이 라 보 메 바 또이

- lấy 받다, 받아들이다, 가져가다
- chưa 아직

Mai 당신은 결혼했어요?
Loan 아니요. 나는 아직 결혼 안 했어요. 언니는요?
Mai 나도 아직 결혼 안 했어요.
가족은 어떻게 돼요?
Loan 나의 가족은 아버지, 어머니 그리고 나 이렇게 3명이에요.

- '결혼하다'를 나타내는 표현

1. Anh đã kết hôn chưa?
2. Anh đã lấy vợ chưa? (남자에게 묻는 표현. 여자에게 물을 경우, vợ 대신 chồng)
3. Anh đã lập gia đình chưa?
4. Anh đã có gia đình chưa?

lập은 '설립하다'라는 뜻이다. Lập gia đình은 '가족을 설립하다', 즉 '가족을 만들다'라는 의미를 나타낸다.
có는 '있다'라는 have의 의미이며 có gia đình이란 표현은 '가족이 있다'는 표현이다. 여기에 과거 의문형을 더해 '가족을 가지고 있냐'라는 표현으로 해석할 수 있으므로 마찬가지로 결혼했냐라는 질문이다.

- chưa : '아직'이라는 부사로 '아직 ~아니다'라는 부정 형태로도 나타난다.

Anh đã học tiếng Việt chưa? → Anh chưa học tiếng Việt.
Chị đã làm việc xong chưa? → Chị chưa làm việc xong.
Em đã xem phim đó chưa? → Em chưa xem phim đó.
Cô đã ăn cơm chưa? → Cô chưa ăn cơm.
Ông đã đọc báo chưa? → Ông chưa đọc báo.
Bà đã nấu ăn chưa? → Bà chưa nấu ăn.

교체 연습

Anh đã kết hôn chưa?
lấy vợ chưa?
lập gia đình chưa?
có gia đình chưa?

➡ Vâng. Tôi đã kết hôn rồi
Dạ chưa. Tôi chưa lấy vợ.

회화 ③

전체듣기 Track 046 따라하기 Track 047

Loan Cô có mấy con?
꼬 꼬 머이 껀

Mai Tôi có một con gái.
또이 꼬 못 꼰 가이

Năm nay 14 tuổi.
남 나이 므어이본 뚜오이

Loan Em ấy là học sinh lớp bảy phải khong?
엠 어이 라 홉 신 럽 바이 파이 컴

Mai Đúng rồi. Sao biết?
둥 조이 사오 비엣

- con 아이, 자녀
- trung học 중학교
- học sinh 학생
- đúng rồi 맞다
- sao 어떻게, 왜

Loan 당신은 몇 명의 자녀가 있나요?
Mai 나는 딸 한 명이 있어요.
올해 14살이에요.
Loan 아이가 중학교 2학년 맞나요?
Mai 맞아요. 어떻게 알죠?

- năm은 한자의 연(年)을 의미하며 thứ는 서수를 표현할 때 사용한다.

thứ nhất	첫 번째
thứ hai	두 번째
thứ ba	세 번째
thứ tư	네 번째
thứ năm	다섯 번째

즉, năm thứ nhất은 1학년, năm thứ hai는 2학년을 나타낸다. 대학교는 sinh viên~, 초 · 중 · 고등학교는 lớp~이다.

- đúng : '맞다, 맞았다'의 의미이며 과거완료인 rồi와 결합하여 '맞았어'라고 할 수 있다.

교체 연습

Cô có con không? → Vâng. Tôi có một con gái.

con trai	con trai
dì	dì
em trai	em trai

말하기/듣기

말하기 **다음과 같이 말해 보세요.** Track 048

A Chị đã kết hôn chưa?

B Gia đình cô có mấy người?

C Cô ấy có hai chị.

D Bạn có anh trai phải không?

A	ăn cơm	học tiếng Việt	uống cà phê
B	chị	anh	em
C	anh	con trai	con gái
D	em gái	em trai	chị gái

듣기 **남자와 여자가 가족에 대해 이야기하고 있습니다.**
대화를 듣고 물음에 답해 보세요. Track 049

1. 여자의 가족은 몇 명인가요?

A. 4명　　B. 3명　　C. 5명

2. 여자의 딸은 몇 명인가요?

A. 1명　　B. 2명　　C. 0명

연습문제

1 주어진 대답에 대한 질문을 만들어 보세요.

A. Q: ______________________________________?

A: Dạ không. Tôi chưa kết hôn.

B. Q: ______________________________________?

A: Gia đình tôi có bốn người.

C. Q: ______________________________________?

A: Tôi có một con gái và hai con trai.

2 다음 단어를 문맥에 맞게 순서대로 쓰세요.

A. Minh / em / chị / là / của

______________________________________.

B. mấy / gia đình / người / anh / có

______________________________________?

C. bốn / gia đình / tôi / của / có / người

______________________________________.

3 다음 질문에 대한 자신의 대답을 쓰세요.

A. Bạn đã kết hôn chưa?

______________________________________.

B. Gia đình bạn có mấy người?

______________________________________.

C. Bạn có con không?

______________________________________.

D. Bạn có anh chị em không?

______________________________________.

독해 및 쓰기

★ 다음은 Mai의 가족에 대한 글입니다. 다음을 읽어 보고 나의 가족 소개도 해 봅시다.

Gia đình Mai có năm người : ba, mẹ, anh Mai, Mai và em gái út.
Ba Mai là giám đốc của công ty máy lạnh còn mẹ Mai là nội trợ.
Anh trai Mai 30 tuổi và là nhân viên ở công ty nước ngoài còn em gái út 22 tuổi và vẫn là sinh viên.
Năm nay Mai 27 tuổi và là giáo viên ở trường đại học.
Gia đình của Mai rất hạnh phúc.

- út 막내
- máy lạnh 에어컨
- nước ngoài 외국
- hạnh phúc 행복하다
- vì 왜냐하면
- vẫn 여전히

06

지금은 몇 시입니까?

Bây giờ là mấy giờ?

다낭 랑꼬 해변

주요 문법 • 빈도부사

대화 포인트

- Bây giờ là mấy giờ? 지금 몇 시예요?
- Cuối tuần anh đã làm gì? 주말에 당신은 뭐 했어요?
- Tôi thường xem tivi với chồng tôi. 나는 보통 남편이랑 TV 봐요.

06 지금은 몇 시입니까?
Bây giờ là mấy giờ?

★ 다음 단어를 듣고 따라 말해 보세요. Track 050

시간 표현

시 Giờ 분 Phút

Buổi sáng	Từ 12 giờ sáng đến 11 giờ sáng (오전 12시부터 오전 11시까지)	새벽, 오전
Buổi trưa	Từ 11 giờ sáng đến 1 giờ trưa (오전 11시부터 오후 1시까지)	점심
Buổi chiều	Từ 1 giờ chiều đến 6 giờ chiều (오후 1시부터 오후 6시까지)	오후
Buổi tối	Từ 6 giờ tối đến 10 giờ tối (오후 6시부터 저녁 10시까지)	저녁
Ban đêm	Từ 10 giờ tối đến 12 giờ đêm (저녁 10시부터 밤 12시까지)	밤

큰 숫자 Số lớn

Một trăm	100
Một ngàn / Nghìn	1000
Mười ngàn / Mười nghìn	10000
Một trăm ngàn / Một trăm nghìn	100,000
Một triệu	1,000,000
Mười triệu	10,000,000
Một trăm triệu	100,000,000
Một tỷ	1,000,000,000

※ 큰 숫자의 규칙!

- 100: **Một trăm** 100은 trăm으로 읽는다. 100은 một trăm, 200은 hai trăm, 300은 ba trăm으로 읽는다.
- 101 **Một trăm lẻ(linh) một** 100의 자리는 있는데 10의 자리 수가 없을 경우에는 그 자리를 lẻ(linh)으로 읽는다.
- 115: **Một trăm mười lăm**
- 1000: **Một ngàn(nghìn)** 1000은 ngàn으로 읽는다. 1000은 một ngàn, 2000은 hai ngàn, 3000은 ba ngàn으로 읽는다.
- 1001: **Một ngàn không trăm lẻ(linh) một** 1000의 자리는 있는데 100의 자리 수가 없으면 không trăm으로 읽는다.
- 150: **một trăm năm mươi = một trăm rưởi**
- 2500: **hai ngàn năm trăm = hai ngàn rưởi**

rưởi는 가장 큰 자리 수의 절반을 의미한다. 150은 100의 자리 수까지 있기 때문에 rưởi은 100의 절반인 50을 나타낸다. 2500은 1000의 자리 수가 가장 큰 자리 수이기 때문에 rưởi가 그 절반인 500을 나타낸다.

문법 & 예문

빈도부사

베트남어에서 빈도부사는 굉장히 중요한 부분 중에 하나이다. 일반적으로 '주어+빈도부사' 형태이며, 자신의 경험과 시간을 동반하여 이야기할 때 주로 사용한다. 일반적인 베트남어의 빈도부사는 다음과 같다.

ít khi (=hiếm khi)	드물게

Tôi ít khi đọc sách. 나는 책을 거의 읽지 않아.

'드물게'라는 뜻은 '거의 ~ 안 하다'라는 의미로도 사용할 수 있기 때문에 위와 같이 해석할 수 있다.

thỉnh thoảng (= đôi khi)	가끔, 때때로

Tôi thỉnh thoảng gặp anh ấy. 나는 가끔 그를 만나.

thường	보통

Tôi thường thức dậy lúc 7 giờ sáng. 나는 보통 아침 7시에 일어나.

lúc : 보통 시간 앞에 붙이는 전치사

giờ : 시

bình thường에서 bình을 생략하고 사용할 수 있다.

hay	자주

Tôi hay đi du lịch Việt Nam. 나는 베트남으로 여행을 자주 가.

luôn luôn	항상

Tôi luôn luôn đi học lúc 9 giờ sáng. 나는 항상 9시에 학교에 가 (등교해).

* lúc은 다음과 같이 3가지의 경우에 결합이 가능하다.

1) 정확한 시간을 나타낼 때

예 lúc 3 giờ 3시에

lúc sáng 오전에 (이때 buổi sáng에서 buổi는 생략)

2) 시절을 결합할 때

예 lúc nhỏ 어릴 때

lúc 12 tuổi 12살 때

3) 동사와 결합할 때

예 lúc ăn cơm 밥을 먹을 때

lúc ngủ 잠을 잘 때

회화 1

전체듣기 Track 051 따라하기 Track 052

Loan Bây giờ là mấy giờ?

Duy Bây giờ là 2 giờ 30 phút .

Loan Trời ơi! Tại sao xe buýt số 2012 không đến.

Duy Chờ một chút. Xe buýt sắp tới.

- phút 분
- tại sao 왜
- đến 오다
- xe buýt 버스
- số 숫자, 번호
- chờ 기다리다
- một chút 잠시만
- sắp 곧 (근접 미래)
- tới 도착하다

Loan 지금 몇 시예요?

Duy 지금은 2시 30분이에요.

Loan 저런! 2012번 버스가 왜 이리 안 올까.

Duy 조금만 기다려요. 버스가 곧 도착할 거예요.

- 시간 묻고 대답하기

  예 A : Bây giờ là mấy giờ? 지금은 몇 시입니까?

  B : Bây giờ là 1 giờ. 지금은 1시입니다.

- sắp : 근접 미래

  시제의 사용은 앞서 말한 바와 같이 '주어 + 시제 + 서술어'의 형태로 쓰인다. sắp이라는 표현은 '곧 ~할 것이다'라고 해석할 수 있다.

  예 Anh ấy sắp đi công tác ở Việt Nam. 그는 곧 베트남으로 출장을 갈 것이다.

  Chị ấy sắp tốt nghiệp. 그녀는 곧 졸업할 것이다.

- tại sao : 왜, 무엇 때문에

  예 Tại sao học tiếng Việt? 왜 베트남어를 공부해?

- trời ơi : 베트남 사람이 일반적으로 사용하는 감탄문이다. 한국어로 번역하면 '하늘아!'라고 외치는 정도가 되는데 trời는 하늘이고 ơi는 부를 때 사용한다. 즉 영어에서의 oh my god의 의미이다.

  trời ơi는 긍정 · 부정 형태 모두 사용할 수 있다. 예를 들어 더울 때, 추울 때, 배고플 때, 배부를 때, 놀랐을 때 등의 상황에서 사용할 수 있다.

  예 Trời ơi, hôm nay nóng quá. 이런, 오늘 되게 덥다.

  Trời ơi, cô ấy đẹp quá. 우와, 저 여자 되게 예쁘다.

  * quá : 매우(형용사 + quá)의 의미이며 감탄문에서 사용한다.

교체 연습

Bây giờ là mấy giờ? → Bây giờ là 2 giờ 30 phút.

시	분
2	30
4	45
6	5

회화 ❷

전체듣기 Track 053 따라하기 Track 054

Mai Chào anh. Anh đi đâu?

Duy Tôi đi học tiếng việt.

Mai À, thế à? Cuối tuần anh đã làm gì?

Duy Tôi đã xem phim với chị Loan.

- cuối tuần 주말
- với ~와

Mai 안녕하세요. 어디에 가요?

Duy 나는 베트남어 공부하러 가요.

Mai 아, 그래요? 주말에 당신은 뭐 했어요?

Duy 나는 로안 씨와 영화 봤어요.

- Cuối tuần anh đã làm gì? / Anh đã làm gì vào cuối tuần? : 일반적으로 시간이 앞에 나오는데 시간을 뒤로 보낼 경우 'vào'라는 전치사를 넣어 줌으로써 '주말에'라는 표현이 된다.

  예 Tôi thường đi chơi vào cuối tuần. 나는 보통 주말에 놀러 간다.
  Tôi thường học tiếng Việt vào cuối tuần. 나는 보통 주말에 베트남어 공부를 한다.

- vào은 다음과 같이 2가지의 경우에 결합이 가능하다.

  1) 시간을 나타낼 때
  예 vào buổi sáng 오전에

  2) 날짜를 나타낼 때
  예 vào cuối tuần 주말에
  vào đầu tháng 월초에

  > 이때 반드시 주의해야 할 점
  > lúc을 사용할 때는 lúc sáng,
  > vào를 사용할 때는 vào buổi sáng라고 표현한다.

- với : ~와 함께

  예 Tôi sẽ đi du lịch với anh ấy. 나는 그와 함께 여행을 갈 것이다.
  Anh ấy đã làm việc với chị Loan. 그는 로안 씨와 함께 일을 했었다.

교체 연습

Cuối tuần anh đã làm gì? → Tôi đã xem phim với chị Loan .
đi du lịch với bạn rồi
học tiếng Việt
ở nhà

회화 ③

전체듣기 Track 055 따라하기 Track 056

Duy Buổi tối cô thường làm gì?

Mai Tôi thường xem tivi với chồng tôi.
Còn anh, buổi tối anh thường làm gì?

Duy Tôi thường học tiếng Anh hoặc nghỉ ở nhà.

- nghỉ 쉬다
- phở 쌀국수
- bò 소고기
- gà 닭고기

Duy 당신은 저녁에 보통 뭐 해요?

Mai 나는 보통 남편이랑 TV 봐요.
그러면 당신은 저녁에 보통 뭐 해요?

Duy 나는 보통 영어 공부를 하거나 집에서 쉬어요.

- thường : '나는 보통 ~하다, 나는 주로 ~하다'라는 의미로 사용되기 때문에 평소에 많이 쓸 수 있는 표현이다.
- hoặc : '혹은'이라는 의미로 일반적으로 평서문에서 사용한다.

  예 Khi có thời gian, tôi thường đọc sách hoặc xem phim. 시간이 있을 때, 나는 보통 책을 읽거나 영화를 봐요.
  Khi tôi đói bụng, tôi thường ăn cơm hoặc ăn bánh. 배고플 때, 나는 보통 밥을 먹거나 빵을 먹어요.

  이때 'Khi'는 '~할 때'라는 의미로 사용할 수 있다.

- 일반적으로 hay는 평서문과 선택 의문문에서 같이 쓰일 수 있으며 의문문에 더 많이 쓰인다.

  1) Em ăn phở bò hay phở gà?
  너는 소고기 쌀국수 먹을래 아니면 닭고기 쌀국수 먹을래?

  2) Cuối tuần, em thường xem phim hay đi karaoke?
  너는 주말에 영화를 보니 아니면 노래방에 가니?

  3) Em thích học tiếng Việt hay tiếng Trung Quốc?
  너는 베트남어 공부가 좋니 아니면 중국어 공부가 좋니?

교체 연습

Cuối tuần em sẽ làm gì? → Tôi sẽ đi làm việc hoặc nghỉ ở nhà.
나는 친구와 영화를 보거나 쇼핑을 갈 거예요. (쇼핑 : mua sắm)
나는 영어 공부를 하거나 베트남어 공부를 할 거예요.
나는 집에 있거나 놀러 갈 거예요. (놀러 가다 : đi chơi)

말하기/듣기

말하기 다음 표현을 활용해서 말하기 연습을 해 보세요. Track 057

A Bây giờ là 2 giờ 30 phút .

B Cuối tuần anh đã làm gì?

C Buổi sáng em thường làm gì?

D Ban đêm em thường xem phim .

A	1 giờ 10 phút	4 giờ 30 phút	6giờ 40 phút
B	chị	cô	em
C	Buổi trưa	Buổi chiều	Buổi tối
D	đi ngủ	xem tivi	học tiếng Việt

듣기 남자가 여자의 스케줄에 대해 묻고 있습니다. 다음을 듣고 물음에 답해 보세요.

Track 058

1. 남자는 여자에게 어떤 제안을 했나요?

   A. TV 보기　　B. 영화 보기　　C. 베트남어 공부하기

2. 여자는 남자의 제안을 왜 거절했나요?

   A. 이미 약속이 있어서　　B. 남자가 싫어서　　C. 바빠서

3. 지금은 몇 시인가요?

   A. 2시 40분　　B. 3시 35분　　C. 4시 45분

연습문제

1 다음을 보고 몇 시인지 쓰세요.

Bây giờ là 4 giờ 45 phút

A. 

B. 

C. 

A. ____________________ B. ____________________ C. ____________________

2 빈칸에 알맞은 단어를 넣어 주세요.

cuối tuần / sáng / mấy / thường / chờ

A. Bây giờ là ________ giờ?

B. ________ một chút.

C. Buổi ________ em thường làm gì?

D. Em ________ đi làm lúc 7 giờ sáng.

E. ________ chị đã làm gì?

3 다음 물음에 대해 자신의 대답을 쓰세요.

A. Bây giờ là mấy giờ?

____.

B. Buổi sáng bạn thường làm gì?

____.

C. Cuối tuần bạn thường làm gì?

____.

독해 및 쓰기

★ **다음은 하루 일과에 대한 글입니다.**

하루 일과 (Một ngày bình thường của mình.)

Tôi thường thức dậy lúc 7 giờ sáng. Sau đó gội đầu và tắm.
Tôi thường không ăn sáng.
Tôi luôn luôn đi làm lúc 8 giờ sáng.
Tôi thường làm việc từ 9 giờ đến 12 giờ.
Sau khi làm việc buổi sáng xong rồi đi ăn cơm với bạn.
Tôi muốn đi về nhà lúc 5 giờ chiều nhưng không được vì có nhiều việc.
Buổi tối tôi thường học tiếng Việt sau đó 11 giờ đi ngủ.

위에서 읽은 '하루 일과'를 참고하여 여러분의 하루 일과를 써 보세요.

[Một ngày bình thường của mình]

아침 7시 (7 giờ sáng)	기상	- Tôi thường thức dậy lúc 7 giờ sáng.
	씻기	
	아침 식사	
	출근	
	오전 근무	
	점심 식사	
	오후 근무	
	퇴근	
	저녁 식사	
	자유시간	
	취침	

07

오늘은 일요일입니다

Hôm nay là chủ nhật

주요 문법 · bao giờ / khi nào (언제)

대화 포인트

- Hôm nay là thứ mấy? 오늘이 무슨 요일이죠?
- Cuối tuần anh đã đi đâu? 주말에 당신은 어디 갔었어요?
- Sinh nhật tôi là ngày 25 tháng 8. 내 생일은 8월 25일이에요.

07 오늘은 일요일입니다.

Hôm nay là chủ nhật.

★ 다음 단어를 듣고 따라 말해 보세요. Track 059

날짜 Ngày tháng

Thứ hai	월요일	Tuần trước	지난주
Thứ ba	화요일	Tuần này	이번 주
Thứ tư	수요일	Tuần sau	다음 주
Thứ năm	목요일	Tháng trước	지난달
Thứ sáu	금요일	Tháng này	이번 달
Thứ bảy	토요일	Tháng sau	다음 달
Chủ nhật	일요일	Năm trước / Năm ngóai	작년
Hôm qua	어제	Năm nay	금년
Hôm nay	오늘	Năm sau	내년
Ngày mai	내일		

확인합시다!

다음 빈칸을 채워 보세요.

(　　)	Thứ hai	(　　)	Thứ tư	Thứ năm	(　　)	(　　)

답 Chủ nhật / Thứ ba / Thứ sáu / Thứ bảy

문법 & 예문

bao giờ / khi nào **(언제)**

bao giờ나 khi nào가 문장의 맨 앞에 오면 미래에 대한 질문을 의미한다.
반면에 bao giờ나 khi nào가 문장의 맨 뒤에 오면 과거에 대한 질문을 의미한다.

미래형 질문 형태 : Bao giờ + 주어 + 서술어?

Bao giờ anh (sẽ) đi Việt Nam? 당신은 언제 베트남에 갈 거예요?

미래형 대답 형태 : 시간 + 주어 + 시제 + 서술어 / 주어 + 시제 + 서술어 + vào + 시간

Tháng sau tôi (sẽ) đi Việt Nam. / Tôi sẽ đi Việt Nam vào tháng sau.
나는 다음 달에 베트남에 갈 거예요.

과거형 질문 형태 : 주어 + 서술어 + bao giờ?

Anh (đã) đi Việt Nam bao giờ? 당신은 언제 베트남에 갔어요?

과거형 대답 형태 : 시간 + 주어 + 시제 + 서술어 / 주어 + 시제 + 서술어 + vào + 시간

Tháng trước tôi (đã) đi Việt Nam rồi. / Tôi đã đi Việt Nam vào tháng trước rồi.
나는 지난달에 베트남에 갔어요.

Ví dụ

A : Khi nào anh sẽ về? 당신은 언제 돌아와요?
B : Ngày mai tôi sẽ về. 나는 내일 돌아와요.

A : Anh đã về khi nào? 당신은 언제 돌아왔어요?
B : Tôi về hôm qua. 나는 어제 돌아왔어요.

이때 주의할 점은 khi nào, bao giờ가 문장 앞에 놓일 때는 시제가 생략 가능하다는 것이다. 이미 문형의 앞에 나와서 미래 형태라고 암시를 주었기 때문이다.
과거형 역시 동일하게 đã가 생략이 가능하다.

회화 1

전체듣기 Track 060 | 따라하기 Track 061

Mai Hôm nay là thứ mấy?

Duy Hôm nay là thứ sáu.

Mai Khi nào chị Loan về nước?

Duy Thứ hai tuần tới chị ấy sẽ về nước.

- về 돌아오다, 귀가하다
- về nước 귀국하다

Mai 오늘이 무슨 요일이죠?

Duy 오늘은 금요일이에요.

Mai 로안은 언제 귀국하죠?

Duy 돌아오는 월요일에 그녀는 귀국해요.

- 요일을 물어볼 때는 '~là thứ mấy?'라고 질문한다.
- 일반적으로 요일은 숫자를 활용하여 말한다. 베트남에서의 요일 순서는 '일월화수목금토'이기 때문에 월요일이 một이 아닌 hai로 시작되어 thứ hai가 된다.
  수요일은 thứ bốn이라고 하지 않고 thứ tư라고 표기를 하며 tư는 한자어 표기이다.
  주말은 cuối tuần이라고 한다.
- Khi nào chị ấy về nước? : khi nào가 문장 맨 앞에 있기 때문에 미래에 대해 질문하는 것이다.
- về는 '되돌아가다', nước은 '나라'라는 뜻이므로 về nước은 '귀국하다'라는 의미가 된다.
- 다음 주는 원래 tuần sau라고 하지만 현재는 금요일이고 다음주 월요일은 돌아오는 주이기 때문에 tuần tới로 표현한다.
- '오늘'의 요일을 물을 때 Hôm nay là thứ mấy?라고 물어보는데 '어제는 무슨 요일이었죠?'라고 표현할 때는 다음과 같이 표현할 수 있다.
  A: Hôm qua là thứ mấy? 어제는 무슨 요일이었죠?
  B : Hôm qua là chủ nhật. 어제는 일요일이었어요.

교체 연습

Hôm nay là thứ mấy? → Hôm nay là thứ sáu .

thứ hai

thứ tư

chủ nhật

회화 ❷

전체듣기 Track 062 따라하기 Track 063

Mai Cuối tuần anh đã đi đâu?

Duy Tôi đã đi du lịch ở Sapa rồi.

Mai Anh về nhà bao giờ?

Duy Chủ nhật tuần trước tôi đã về nhà.

- đang ~하고 있다
- Sapa 베트남 북쪽의 지역 이름
- du lịch 여행

Mai 주말에 당신은 어디 갔었어요?

Duy 나는 사파에 여행 갔었어요.

Mai 당신은 집에 언제 왔어요?

Duy 나는 지난주 일요일에 집에 왔어요.

- 한국어는 '이번 주 토요일'로 표기 하지만 베트남어는 '토요일 + 이번 주(thứ bảy + tuần này)'라고 한다.
- 1주 전 : một tuần trước 1주 후 : một tuần sau
  한 달 전 : một tháng trước 한 달 후 : một tháng sau
  이번 주말 : cuối tuần này 지난 주말 : cuối tuần trước 다음 주말 : cuối tuần sau
  → 이처럼 trước이라는 단어는 '전'의 의미로 사용되며 'sau'라는 단어는 '후'의 의미로 사용된다.
  'này', 'nay'는 '이번 주', '오늘'처럼 this를 의미한다.
  이때 성조를 반드시 유의해야 한다.

교체 연습

Anh đã kết hôn bao giờ?
mua quyển sách tiếng Việt
xem phim đó

회화 ❸

전체듣기 Track 064 따라하기 Track 065

Duy Hôm nay là ngày mấy?

Mai Hôm nay là ngày 21.

Duy Thế à? Khi nào là sinh nhật của cô?

Mai Sinh nhật tôi là ngày 25 tháng 8.

• sinh nhật 생일

Duy 오늘은 며칠이죠?

Mai 오늘은 21일이에요.

Duy 그래요? 당신 생일이 언제죠?

Mai 내 생일은 8월 25일이에요.

• 베트남에서 날짜 표기는 일반적으로 일/월/년 순서로 표기한다.
  Hôm nay là ngày 1 tháng 1 năm 2016
• 월/일을 묻고 말하는 표현은 다음과 같다. 이때 mấy라는 표현은 '얼마', '몇'이라는 표현이며 같은 표현으로 bao nhiêu가 있다.
  A : Hôm nay là ngày mấy? 오늘은 며칠이에요?
  (=Hôm nay là ngày bao nhiêu?)
  B : Hôm nay là ngày 5. 오늘은 5일이에요.
  A : Tháng này là tháng mấy? 이번 달은 몇 월이지요?
  B : Tháng này là tháng 5. 이번 달은 5월이에요.

이때 월을 묻는 표현에는 bao nhiêu보다는 mấy를 더 많이 사용한다는 점을 유의해야 한다.

교체 연습

Hôm nay là ngày mấy? → Hôm nay là ngày 5 tháng 12
ngày 20 tháng 4
ngày giáng sinh (크리스마스)
ngày tết (설날)
ngày lễ tốt nghiệp (졸업식)

말하기/듣기

말하기 다음 표현을 활용해서 말하기 연습을 해 보세요. Track 066

A Hôm nay là thứ sáu.

B Khi nào là sinh nhật cô?

C Anh về nhà bao giờ?

D Hôm nay là ngày 21.

A	thứ hai	thứ tư	thứ bảy
B	chị	anh	em
C	Chị	Cô	Em
D	ngày 6	ngày 18	ngày 31

듣기 남자와 여자가 날짜에 대해 이야기하고 있습니다.
다음을 듣고 물음에 답해 보세요. Track 067

1 여자는 언제 귀국하나요?

A. Thứ sáu tuần sau B. Thứ bảy tuần này C Thứ bảy tuần sau

2 여자 어머니의 생신은 언제인가요?

A. 12월 1일 B. 12월 2일 C. 12월 3일

연습문제

1 다음 문장을 바탕으로 빈칸을 완성하세요.

A. Hôm nay là thứ hai.

→ Hôm qua là __________.

B. Tháng này là tháng 9.

→ Tháng __________ là tháng 8.

C. Năm nay là năm 2017.

→ Năm __________ là năm 2018.

2 다음 단어를 문맥에 맞게 순서대로 쓰세요.

A. đi / chị / ở / Mỹ / khi nào / du lịch

____?

B. nước / về / tôi / tuần trước / đã / thứ bảy / rồi

____.

C. là / tháng 8 / hôm nay / ngày 10

____.

3 다음 질문에 대한 자신의 대답을 쓰세요.

A. Hôm nay là ngày mấy và thàng mấy?

____.

B. Khi nào là sinh nhật bạn?

____.

C. Hôm nay là thứ mấy?

____.

독해 및 쓰기

★ **다음을 읽고 이를 참고하여 오늘 일기를 써 보세요.**

Tôi và Mai là sinh viên cùng lớp.
Hôm nay là ngày 10 tháng 12.
Cuối tuần trước tôi đã gặp Mai. Vì ngày 5 là sinh nhật của Mai.
Chúng tôi ăn cơm ở nhà hàng Việt Nam, sau đó đi karaoke.
Bạn tôi hát rất hay nhưng tôi hát không hay.
Buổi tối chúng tôi đi uống bia ở một quán nổi tiếng.
Chúng tôi đi về nhà lúc 12 giờ đêm cho nên mẹ tôi rất giận.

[나의 일기]

08

제 취미는 영화 보기입니다

Sở thích của tôi là xem phim

카이딘 묘

주요 문법 · sẽ (미래시제) · chứ (당연하다)

대화 포인트

- Tôi đang tập thể dục. 저는 지금 운동 중이에요.
- Sở thích của cô là gì? 당신의 취미는 무엇이죠?
- Tối nay anh sẽ làm gì? 오늘 저녁에 당신은 뭐 해요?

08 제 취미는 영화 보기입니다.

Sở thích của tôi là xem phim.

★ 다음 단어를 듣고 따라 말해 보세요. Track 068

취미 Sở thích

Thể thao	스포츠	Xem tivi	TV 보기
Đọc sách	독서하기	Tập thể dục	운동하기
Đi du lịch	여행 가기	Tìm trên mạng	인터넷하기 / 웹서핑
Nấu ăn	요리하기	Mua sắm	쇼핑
Lái xe	드라이브	Đi leo núi	등산 가기
Đi dạo	산책하기	Chơi game	게임하기
Nghe nhạc	음악 듣기	Đi chơi	놀러 가기
Chụp ảnh	사진 찍기	Uống bia / rượu	술 마시기
Xem phim	영화 보기	Sơn móng tay	네일하다
Đi xe đạp	자전거 타기	Ngủ	잠자기
Học	공부하기	Tìm nhà hàng ngon	맛집 찾기

회화 포인트!!

취미를 묻고 대답하는 기본 표현을 한 번 볼까요?

문법 & 예문

sẽ 미래시제

sẽ : '~할 것이다'의 단순 미래시제이다. 어순은 '주어 + sẽ + 동사'이다.

Ví dụ Tôi sẽ đi học. 학교에 갈 거예요.
Tôi sẽ tập thể dục. 운동할 거예요.
Tôi sẽ đọc sách. 책을 읽을 거예요.

A : Anh sẽ đi đâu? 너는 어디 갈 거니?
B : Tôi sẽ đi làm việc. 나는 일하러 갈 거예요.

A : Tháng sau anh đi đâu? 다음 달에 당신은 어디에 가요?
B : Tháng sau tôi sẽ đi Việt Nam. 다음 달에 나는 베트남에 가요.

chứ

chứ : '당연하다'라는 표현으로 '동사 + chứ'의 어순으로 쓰며 보통 문장의 어미에 사용된다.
(할 수 있다) Được chứ 당연히 됩니다.
(알다) Biết chứ 당연히 압니다.
(이해하다) Hiểu chứ 당연히 이해합니다.
(있다) Có chứ 당연히 있습니다.

회화 1

전체듣기 Track 069 따라하기 Track 070

Mai Anh Duy ơi, anh đang làm gì?
Duy Tôi đang tập thể dục. Sao vậy?
Mai Anh trễ giờ học rồi. Bây giờ là 7 giờ rồi.
Duy Trời ơi. Thế à? Tôi sẽ vào nhà ngay.

- sao vậy 왜
- trễ 늦은
- vào 들어가다
- nhà 집
- ngay 곧바로

Mai 주이 오빠, 지금 뭐 해?
Duy 나는 지금 운동 중이야. 왜?
Mai 오빠 수업 시간 늦었어. 지금 7시야.
Duy 저런. 그래? 바로 집으로 들어갈게.

- 현재진행형 đang을 사용하며 '주어 + đang + làm gì?'는 '지금 뭐 하고 있니?'라고 묻는 표현이다.
- sao vậy : '왜'라고 질문하는 형태이다. vậy는 일반적으로 문장의 맨 뒤에 오며 따로 해석되는 표현은 아니다. 즉, why를 의미하는 단어는 sao인데 베트남에서는 sao라는 표현을 단독으로 쓰기도 하지만 vậy와 같이 사용하는 경우가 더 많다.
- vào : '~에'라는 뜻으로 요일 앞에 붙는 전치사의 일종이다. 'vào + 명사'의 경우 '~에 들어가다'라고 해석할 수 있다.

교체 연습

Anh đang làm gì? → 나는 베트남어 공부 중이야.
나는 영화 보는 중이야.
나는 산책 중이야.

Anh sẽ làm gì? → 나는 드라이브하러 갈 거야.
나는 잘 거야.
나는 술 마실 거야.

회화 ❷

전체듣기 Track 071 따라하기 Track 072

Mai Sở thích của anh là lái xe phải không?

Duy Dạ vâng. Còn cô, sở thích của cô là gì?

Mai Sở thích của tôi là nấu ăn.
Anh có thích nấu ăn không?

Duy Dạ, thích chứ.
Tôi cũng rất thích nấu ăn nhưng không giỏi.

- chứ 물론이죠
- nhưng 그러나
- giỏi 잘하는

Mai 당신의 취미는 드라이브 맞죠?

Duy 맞아요. 그러면 당신은요? 당신의 취미는 무엇이죠?

Mai 내 취미는 요리하기예요.
당신은 요리하는 것 좋아하나요?

Duy 네, 그럼요.
저도 요리하는 것을 무척 좋아해요. 그러나 잘하지 못해요.

- của
  1. '~의' (소유의 의미)
     Sở thích của tôi là xem tivi. 나의 취미는 TV 시청입니다.
     Số điện thoại của anh là gì? 당신의 전화번호는 무엇입니까?
  2. '내 것'
     Quyển sách này là của tôi. 이 책은 내 것이다.
- 취미를 묻고 답하는 표현
  Sở thích của chị là gì? 당신의 취미는 무엇입니까?
  Sở thích của tôi là xem phim. 나의 취미는 영화 보기입니다.

교체 연습

Sở thích của cô là gì? → Sở thích của tôi là nấu ăn .
đi du lịch
đi leo núi

회화 ❸

전체듣기 Track 073 따라하기 Track 074

Mai Tối nay anh sẽ làm gì?

Duy Chắc là không có gì đặc biệt.

Mai Tối nay, tôi muốn rủ anh và chị Loan đi xem phim.

Duy Hay quá. Tôi sẽ nói với chị Loan.

- không có gì 아무것도 없다
- đặc biệt 특별한
- rủ 권유(초대)
- tốt 좋은, 잘하는
- nói 말하다
- rảnh, rỗi 한가하다

Mai 오늘 저녁에 당신은 뭐 해요?

Duy 아마 특별한 일이 없을 거예요.

Mai 나는 당신과 로안 씨를 오늘 저녁 영화에 초대하고 싶어요.

Duy 매우 좋아요. 내가 로안 씨에게 말할게요.

- 약속을 정할 때는 다음과 같이 상대방이 가능한지부터 묻는 것이 순서이다.
  1) 내일 시간 돼요? Ngày mai có thời gian không?
  2) 내일 어때요? Ngày mai thế nào?
  3) 오늘 저녁에 한가한가요? Tối nay có rảnh không?

교체 연습

Anh học tiếng Việt để làm gì? → Tôi học tiếng Việt để làm việc.
học để xin việc

말하기/듣기

말하기 다음 표현을 활용해서 말하기 연습을 해 보세요. Track 075

A Sở thích của anh là tập thể dục phải không?

B Sở thích của tôi là nghe nhạc .

C Tôi học tiếng Việt để làm việc .

D Tôi đang học tiếng việt .

A	chị	bà	em
B	đi du lịch	đọc sách	xem tivi
C	đi du lịch ở Việt Nam	sống ở Việt Nam	xin việc
D	xem phim	ăn cơm	chạy xe đạp

듣기 남자와 여자는 영화에 대해 이야기하고 있습니다.
다음을 듣고 물음에 답해 보세요. Track 076

1 남자는 지금 무엇을 하고 있나요?

A. Học tiếng Anh B. Học tiếng Việt C Không làm gì

2 어제 여자는 뭐라고 이야기했나요?

A. 해리포터 영화가 재미있다고
B. 해리포터 영화가 무섭다고
C. 해리포터 영화가 싫다고

3 여자와 남자는 언제 영화를 보나요?

A. Chiều mai B. Sáng mai C. Chiều nay

연습문제

1 다음 단어를 문맥에 맞게 순서대로 쓰세요.

A. có / gì / chắc là / không / đặc biệt

______________________________________.

B. chơi game / không / anh / sở thích / là / phải /của

______________________________________?

C. nấu ăn / thích / tôi / cũng / rất

______________________________________.

2 빈칸에 알맞은 단어를 넣어 주세요.

của / học / xem / rủ / đang

A. Anh __________ làm gì?

B. Sở thích của tôi là __________ phim.

C. Tôi đang __________ tiếng Việt.

D. Sở thích __________ cô là gì?

E. Tôi muốn __________ em tối nay đi xem phim.

3 다음 질문에 대한 자신의 대답을 쓰세요.

A. Sở thích của bạn là gì?

______________________________________.

B. Bạn đang làm gì?

______________________________________.

C. Ngày mai bạn sẽ làm gì?

______________________________________.

D. Tối nay bạn sẽ làm gì?

______________________________________.

독해 및 쓰기

★ **다음은 취미에 대한 글입니다.**
이 글을 참고 하여 자신의 취미와 그 취미가 왜 좋은지 써 보세요.

Sở thích của tôi là học tiếng Việt.
Tôi học tiếng Việt được 3 tháng rồi.
Tôi học tiếng Việt để đi du lịch ở Việt Nam.
Cuối tuần trước tôi đã xem tivi. Lúc đó một ca sĩ Hàn Quốc và ca sĩ Việt Nam đã giới thiệu về những thành phố của Việt Nam mà tôi thấy rất đẹp và hay.
Năm sau tôi sẽ đi du lịch ở Thành Phố Hồ Chí Minh và Thành Phố Hà Nội.
Tôi muốn nói chuyện với người Việt Nam. Cho nên tôi sẽ cố gắng học tiếng Việt.

09

어떤 장르의 영화를 좋아해요?

Anh thích loại phim nào?

주요 문법 · trừ (~을 제외하고) · bằng (원급)

대화 포인트

- Tôi và Mai bằng tuổi ạ. 저랑 마이는 나이가 같아요
- Tối nay Loan có thời gian không? Loan은 오늘 저녁에 시간 돼요?
- Tôi thích mọi loại phim, trừ phim kinh dị. 나는 공포 영화를 빼고 모든 영화를 좋아해요.

09 어떤 장르의 영화를 좋아해요?

Anh thích loại phim nào?

★ 다음 단어를 듣고 따라 말해 보세요. Track 077

영화 Loại phim

Phim SF	SF 영화
Phim xã hội	다큐멘터리 영화
Phim tình cảm / Phim tình yêu	로맨스 영화
Phim hành động	액션 영화
Phim kinh dị	공포 영화
Phim hài	코미디 영화
Phim viễn tưởng	판타지 영화
Phim khiêu dâm	에로 영화

스포츠 Thể thao

Bóng đá	축구
Bóng chày	야구
Bóng rổ	농구
Bóng bàn	탁구
Cầu lông	배드민턴
Trượt băng	스케이트
Bơi	수영
Bóng nước	수구
Bóng chuyền	배구

회화 포인트!!

문법 & 예문

trừ (~을 제외하고)

trừ : '~을 제외하고'라는 뜻이다. 좋아하는 것 등을 나열하고 이야기한 후 'trừ + 싫어하는 형태'로 이야기하면 된다.

Ví dụ Tôi giỏi mọi môn thể thao, trừ bóng bàn.
나는 탁구를 제외하고 모든 스포츠를 잘해요.

Chị thích mọi loại phim, trừ phim kinh dị.
나는 공포 영화를 제외하고 모든 종류의 영화를 좋아해요.

• mọi 모든

bằng (원급)

bằng : 형용사의 원급으로 비교할 때 사용된다.
주어 1 + 형용사 +bằng + 주어 2 : (주어 1)과 (주어 2)는 (형용사)가 같다.

• cao 키 큰, 높은
• rộng 넓은

Ví dụ

❶ Chị Thủy cao 165cm. — Thủy 씨는 165cm입니다.
Chị Loan cao 165cm. — Loan 씨는 165cm입니다.
= Chị Thủy cao bằng chị Loan. — Thủy 씨와 Loan 씨는 키가 같습니다.

❷ Cái bàn này rộng $4m^2$. — 이 책상은 $4m^2$입니다.
Cái bàn kia rộng $4m^2$. — 저 책상은 $4m^2$ 입니다.
= Cái bàn này rộng bằng cái bàn kia. — 이 책상과 저 책상은 넓이가 같습니다.

❸ Mai 15 tuổi, Duy 15 tuổi. — Mai는 15살이고, Duy는 15살입니다.
Mai và Duy bằng tuổi. — Mai와 Duy는 나이가 같습니다.

이처럼 '**주어 1 + và + 주어 2 + 형용사 bằng**'의 형태도 가능하다.

회화 ①

전체듣기 Track 078 따라하기 Track 079

Duy Loan nhiều tuổi hơn Mai phải không?

Loan Dạ không phải. Tôi và Mai bằng tuổi ạ.

Duy À thế à? Tôi biết là Loan nhiều tuổi hơn.

Loan Không phải ạ. Tôi trông già hả?

- hơn 보다 더
- ạ 문형 마지막에 붙는 표현으로 격식을 나타냄
- trông ~처럼 보이다
- già 늙은

Duy 마이보다 로안이 더 나이가 많지요?

Loan 아니요. 저랑 마이는 나이가 같아요.

Duy 아 그래요? 나는 로안이 더 많은 줄 알았어요.

Loan 아니에요. 제가 나이 들어 보이나요?

- 주어 + biết là : biết은 '알다'라는 의미인데 '주어 + biết là' 형태는 '내가 알기로는~'이라고 해석할 수 있다. 같은 맥락으로 'Tôi nghĩ là~(내가 생각하기로~)', 'Tôi hiểu là~(내가 이해하기로~)'라고 응용할 수 있다.
  Anh ấy nói là hôm nay nghỉ. 그가 말하길 오늘 쉰대.
  Tôi nghĩ là có thể làm được. 내 생각으로는 할 수 있을 것 같아.
- trông : '보다'라는 뜻인데, 일반적으로 '~처럼 보이다'라고 해석할 수 있다. trông 뒤에 đẹp, già 등을 넣어서 사람의 모습을 간단하게 묘사할 수 있다.
  Anh ấy trông trẻ. 그는 어려 보여.
  Chị ấy trông khỏe. 그녀는 건강해 보여.
  Em ấy trông già. 걔는 늙어 보여.
- 원급인 bằng은 다음과 같이 쓰일 수 있다.
  Tôi cao bằng bạn Mai.(= Tôi và bạn Mai cao bằng.) 나와 마이는 키가 같아.
  Chị ấy đẹp bằng diễn viên Hàn Quốc. 그녀는 한국 배우만큼 예뻐.

이처럼 원급 bằng은 '~같다'의 의미로도 쓰일 수 있고, '~만큼이나'라고도 쓰일 수 있다.

교체 연습

Chị ấy trông khỏe .
già
đẹp

회화 ❷

전체듣기 Track 080 따라하기 Track 081

Duy Tối nay Loan có thời gian không?
Chúng ta đi xem phim nhé.

Loan Ừ, hay quá. Tôi rất thích xem phim.

Duy Chị thích loại phim nào?

Loan Tôi thích mọi loại phim, trừ phim kinh dị.

- thích 좋아하다
- loại 종류

Duy Loan은 오늘 저녁에 시간 돼요?
우리 영화 보러 가요.

Loan 오, 매우 좋아요. 나는 영화 보는 것을 매우 좋아해요.

Duy 당신은 어떤 종류의 영화를 좋아해요?

Loan 나는 공포 영화를 빼고 모든 영화를 좋아해요.

- nhé : 문미 조사에 쓰이는 표현으로 '~하자, ~ 할게'라고 해석할 수 있다.
  Chúng ta ăn cơm nhé. 모두들 나와 함께 밥을 먹자.
  Chúng ta đi mua sắm nhé. 우리 쇼핑 가자.
  Tôi sẽ gọi điện thoại lại nhé. 내가 다시 전화 걸게.
- mọi는 '모든', mỗi는 '각각의'라는 표현이다.
  Mỗi chủ nhật, bố tôi đi leo núi. 매주 일요일 우리 아버지는 등산을 간다.
  Mọi người Hàn Quốc thích món Kim Chi. 모든 한국 사람은 김치를 좋아한다.
  Mỗi cuối tuần, mọi sinh viên đi thư viện. 매주 모든 학생은 도서관에 간다.

교체 연습

나는 생선 빼고 모든 음식 을 좋아해요.
운동 / 취미
커피 / 음료

회화 ❸

전체듣기 Track 082 따라하기 Track 083

Duy Tối nay, có chiếu phim tình cảm và phim viễn tưởng.
Chị thích phim tình cảm hay phim viễn tưởng?

Mai Tôi thích phim viễn tưởng.

Duy Thế à? Thế thì chúng ta đi xem phim viễn tưởng nhé.

Mai Ừ, cũng được.

- rạp 영화관
- chiếu 상영하다
- hay 혹은
- ừ 응, 그래
- cũng được 괜찮다

Duy 오늘 저녁에 로맨스 영화와 판타지 영화를 상영한대요.
당신은 로맨스 영화가 좋아요 판타지 영화가 좋아요?

Mai 나는 판타지 영화가 좋아요.

Duy 그래요? 그러면 우리는 판타지 영화를 봐요.

Mai 그래, 그것도 괜찮지요.

- thế thì(북), vậy thì(남) : '그렇다면', '그러면'이라는 표현으로 어떤 상황에서 마무리를 짓거나 어떠한 의사를 결정할 때 사용할 수 있다.
  A : Chúng ta uống cà phê hay uống bia? 우리 커피 마실래 아니면 맥주 마실래?
  B : Tôi muốn uống bia. 나는 맥주를 마시고 싶어.
  C : Thế thì(Vậy thì) chúng ta uống bia nhé. 그럼 우리 맥주 마시자.
- Cũng được : '그럭저럭', '괜찮아' 등의 표현으로 아주 좋지도, 아주 나쁘지도 않을 때 사용할 수 있다.
  A : Chị sẽ ăn gì? 언니 뭐 먹을래요?
  B : Cái gì cũng được. 아무거나 괜찮아.

  A : Anh ơi, cái này thế nào? 오빠, 이거 어때요?
  B : Cũng được. 그럭저럭 괜찮아.

교체 연습

오늘 같이 공포 영화 관람 하러 가자.
축구 경기 보러
산책

말하기/듣기

말하기 다음 표현을 활용해서 말하기 연습을 해 보세요. Track 084

Ⓐ Tôi giỏi mọi môn thể thao, trừ bóng bàn.

Ⓑ Tôi thích mọi loại phim, trừ phim kinh dị.

Ⓒ Anh thích loại phim nào?

Ⓓ Chúng ta đi xem phim nhé.

Ⓐ	cầu lông	bóng chày	bơi
Ⓑ	phim hành động	phim khiêu dâm	phim xã hội
Ⓒ	Chị	Cô	Em
Ⓓ	du lịch	uống bia	chơi

듣기 두 사람이 전화 통화를 하고 있습니다. 다음 대화를 듣고 물음에 답해 보세요.

Track 085

1. 남자가 전화를 건 이유는 무엇인가요?

A. 축구를 보러 가자고 B. 영화를 보러 가자고 C. 밥을 먹자고

2. 다음 중 여자가 좋아하지 않는 영화는 무엇인가요?

A. 코미디 영화 B. 다큐멘터리 영화 C. 공포 영화

3. 두 사람은 어디서 보기로 했나요?

A. Công viên đầm sen B. Ngân hàng đầm sen C. Nhà hàng đầm sen

연습문제

❶ 다음 그림을 보고 적절한 답을 쓰세요.

A.

A: Anh ấy đang làm gì?

B: ____________________

B.

A: Anh ấy đang làm gì?

B: ____________________

C.

A: Chị ấy đang làm gì?

B: ____________________

D.

A: Bạn ấy thích loại phim nào?

B: ____________________

E.

A: Bạn ấy thích loại phim nào?

B: ____________________

F.

A : Bạn ấy thích loại phim nào?

B: ____________________

❷ 다음 단어를 문맥에 맞게 순서대로 쓰세요.

A. trừ / thích / loại / phim / Ông ấy / phim kinh dị /mọi

____.

B. thích / nào / loại / cô / phim

____?

C. trông / chị / già / ấy

____.

❸ 다음 질문에 대한 자신의 대답을 쓰세요.

A. Bạn thích loại phim nào?

____________________________________.

B. Bạn thích loại thể thao nào?

____________________________________.

독해 및 쓰기

★ **친구와 약속을 잡는 대화입니다.**

Hai người đang nói chuyện bằng điện thoại.

Mai Alô. Loan hả?

Loan Ừ, đúng rồi, ai thế?

Mai Mai nè. Tối nay Loan có bận không?

Loan Mai hả? khỏe không? Tối nay mình không bận việc gì hết. Sao vậy?

Mai Mình có vé bóng chày. Loan đi cùng với mình không?

Loan Thích quá vậy. Mấy giờ và ở đâu?

Mai 7 giờ tối nay ở gần công ty của mình. Loan có đi được không?

Loan Được chứ. Thế thì chúng ta gặp ở ga Seoul nhé.

친구와 저녁 약속을 잡는 글을 써 보세요.(영화 보기 약속, 스포츠 경기 관람 약속 등)

10

오늘 너무 덥죠?

Hôm nay nóng quá nhỉ?

주요 문법 · hơn (비교급) · nhỉ (문미조사)

대화 포인트

- Hôm nay nóng quá nhỉ? 오늘은 매우 더워요 그렇죠?
- Mùa hè của Hàn Quốc thế nào? 한국의 여름은 어때요?
- Mùa đông Hàn Quốc dù lạnh nhưng rất đẹp. 한국의 겨울은 비록 춥지만 매우 예뻐요.

10 오늘 너무 덥죠?

Hôm nay nóng quá nhỉ?

★ 다음 단어를 듣고 따라 말해 보세요. Track 086

춘하추동 Xuân hạ thu đông

Trong lành / Sáng / Nắng 맑다
Mưa phùn 이슬비
Ấm 따뜻한

Mùa xuân 봄

Nóng 덥다
Mưa 비
Nắng 뜨거운
Chớp 번개
Oi bức 습하다
Mưa rào 소나기
Bão 태풍

Mùa hè 여름

Gió 바람
Mát mẻ 시원하다
Mây 구름

Mùa thu 가을

Lạnh 춥다
Khô 건조하다
Tuyết 눈
Âm u 흐린

Mùa đông 겨울

회화 포인트!!

문법 & 예문

hơn (비교급)

hơn : 형용사의 비교급을 나타낼 때 사용한다.
'A+ 형용사 + hơn + B'의 형태이며, 'B보다 A가 더 ~하다'로 해석한다.

Ví dụ Chị Thủy cao 168cm. Thủy 씨는 168cm입니다.
Chị Loan cao 158cm. Loan 씨는 158cm입니다.
→ Chị Thủy cao hơn chị Loan. Thủy 씨는 Loan 씨보다 키가 큽니다.

Cái bàn này rộng $4m^2$. 이 책상은 $4m^2$입니다.
Cái bàn kia rộng $8m^2$. 저 책상은 $8m^2$입니다.
→ Cái bàn kia rộng hơn cái bàn này. 이 책상은 저 책상보다 넓습니다.

nhỉ (문미조사)

nhỉ : 상대방의 말에 긍정할 때도 사용되고 청자의 공감을 유도하는 '그렇지?'의 의미로도 사용된다.

Ví dụ Anh ấy học tiếng Việt chăm chỉ nhỉ? 그는 베트남어 열심히 배워요? 그렇죠?

A : Hôm nay nóng quá phải không? 오늘 매우 더워요. 그렇죠?
B : Ừ nhỉ. Nóng quá. 그러게. 너무 덥다.

회화 1

전체듣기 Track 087 따라하기 Track 088

Mai Hôm nay nóng quá nhỉ?

Duy Ti vi nói hôm nay nóng 39~40 độ C.

Mai Ừ. Mùa hè năm nay nóng hơn mùa hè năm ngoái.

Duy Trời ơi. Thế à?
Tôi không thích mùa hè vì chảy mồ hôi.

- nhỉ 그렇죠
- độ 온도(도)
- năm ngoái 작년 (=năm trước)
- chảy 달리다, 흘리다
- mồ hôi 땀

Mai 오늘은 매우 더워요. 그렇죠?

Duy TV에서 오늘 39~40도로 덥다고 해요.

Mai 아, 올해 여름이 작년 여름보다 더워요.

Duy 저런. 그래요?
나는 여름이 싫어요. 왜냐하면 땀이 나잖아요.

- nhỉ가 문장 맨 뒤에 오면 청자의 공감을 유도한다.
  'Hôm nay nóng quá.'라고 이야기하더라도 상대방에게 '오늘 더워요.'라고 표현할 수 있다. 그러나 nhỉ를 사용함으로써 앞서 말한 내용을 좀 더 강조하고, 상대방의 공감을 유도한 것이다.
  Món ăn này ngon quá nhỉ. : 이 음식 되게 맛있다. (그렇지 않니?) → 사실 '그렇지 않니?'라고 물어보는 표현이지만, 약간의 강제성으로 동조를 구하고 있는 느낌이다.
  Học tiếng Việt khó quá nhỉ. 베트남어 너무 어렵다. (그렇지 않니?)
  Thời tiết Việt Nam nóng quá nhỉ. 베트남 날씨는 너무 덥다. (그렇지 않니?)
- Ti-vi nói hôm nay nóng 39~40 độ C. : 'ti-vi nói'라는 표현은 TV에서 말한다. 즉, '오늘 TV에서 39~40도라고 한다'라고 해석할 수 있다.
- 비교급 hơn이 쓰여 올해 여름이 더 덥다는 것을 나타내고 있다.

교체 연습

나는 김치 보다 불고기 가 더 맛있어 .

가을	겨울	좋아해
긴 머리	짧은 머리	예뻐

긴 머리: tóc dài
짧은 머리: tóc ngắn

회화 ❷

전체듣기 Track 089 따라하기 Track 090

Loan Mùa hè của Hàn Quốc thế nào?

Mai Tôi thấy mùa hè Hàn Quốc mát mẻ hơn mùa hè của Việt Nam.

Loan Nhiệt độ ở Seoul là bao nhiêu hả cô?

Mai Có lẽ 32~33 độ C.

- thế nào 어떻습니까
- nhiệt độ 온도
- có lẽ 아마도

Loan 한국의 여름은 어때요?

Mai 내가 느끼기엔 한국의 여름이 베트남의 여름보다 시원해요.

Loan 서울은 몇 도에요?

Mai 아마 32~33도예요.

- 주어 + thấy + 서술어 + thế nào? : '(주어)가 느끼기에 (서술어)가 어때요?'라는 표현으로 다양하게 활용된다.
  A : Anh thấy tiếng Việt thế nào? 베트남어 어때요?
  B : Tôi thấy tiếng Việt khó nhưng hay. 내가 느끼기에 베트남어는 어렵지만 재미있어요.
  A : Chị thấy thời tiết hôm nay thế nào? 오늘 날씨가 어때요?
  B : Tôi thấy thời tiết hôm nay rất lạnh. 내가 느끼기에 오늘 날씨는 매우 추워요.
- '아마'에 대한 정도 표현은 다음과 같이 나타낼 수 있다.

  hình như (30%) 〈 có lẽ(50%) 〈 chắc là (70%) 〈 chắc chắn(100%)
  마치 ~인 것 같다 아마 확실히

  ⇒ Hình như cô ấy đi ra ngoài rồi. 그녀는 밖으로 나간 것 같다.
  ⇒ Có lẽ sai rồi. 아마 틀린 것 같아.
  ⇒ Chắc là anh ấy đi về nhà. 아마 그는 퇴근한 것 같다.
  ⇒ Chắc chắn được chứ. 확실히 되지.

교체 연습

Anh thấy Hàn Quốc thế nào?
món ăn của Việt Nam
món ăn của Hàn Quốc

(món ăn: 음식)

회화 ③

전체듣기 Track 091 따라하기 Track 092

Duy Mùa đông Hàn Quốc lạnh hơn mùa đông Việt Nam phải không?

Mai Đúng rồi. Mùa đông của Hàn Quốc lạnh hơn.

Duy Tôi muốn đi Hàn Quốc để nhìn tuyết rơi.
Vào mùa đông ở Hàn Quốc, tuyết rơi nhiều phải không?

Mai Dạ vâng. Mùa đông Hàn Quốc dù lạnh nhưng rất đẹp.

- để ~을 위해
- vào ~에
- tuyết rơi 눈이 내리다
- dù 비록

Duy 한국의 겨울은 베트남의 겨울보다 추워요. 그렇죠?

Mai 맞아요. 한국의 겨울이 더 추워요.

Duy 나는 눈 내리는 것을 보기 위해 한국에 가고 싶어요.
한국의 겨울은 눈이 많이 내리죠?

Mai 네, 맞아요. 한국의 겨울은 비록 춥지만 매우 예뻐요.

- Đúng rồi : 긍정 표현으로 상대방의 질문에 대답하는 표현
  A : Hôm nay là ngày 12 tháng 10 phải không? 오늘 10월 12일 맞죠?
  B : Đúng rồi. 네 맞아요. (Dạ vâng)
- 날씨 관련 표현
  Hôm nay trời mưa. 오늘 비가 왔어요.
  Hôm qua trời mưa nhưng hôm nay trời nắng. 어제는 비가 내렸지만 오늘은 맑아요.
  Hôm nay trời âm u quá. 오늘 날씨가 매우 흐리네요.
- Dù...nhưng~ (= Tuy...nhưng..., Mặc dù...nhưng...) : '비록 ~하지만 ~하다'의 형태로 쓰인다.
  '주어 + dù + 서술어 1 + nhưng + 서술어 2'의 형태이다.
  Anh ấy dù không đẹp trai nhưng hiền. 그는 비록 잘생기진 않았지만 착하다.
  Hôm nay dù mệt nhưng vui lắm. 오늘 비록 피곤하지만 기쁘다.
  Ông ấy dù già nhưng vẫn khỏe lắm. 그는 비록 나이가 들었지만 여전히 건강하다.

교체 연습

Anh	ấy tuy	mập nhưng nhanh.
Chị		có nhiều tiền nhưng buồn
Em		nhỏ nhưng cường

말하기/듣기

말하기 다음 표현을 활용해서 말하기 연습을 해 보세요. Track 093

A Hôm nay nóng quá nhỉ.

B Ti vi nói hôm nay nóng 40 độ C đấy!

C Mùa đông của Hàn Quốc lạnh hơn mùa đông của Việt Nam nhỉ?

D Nhiệt độ ở Seoul là bao nhiêu hả?

A	lạnh	ấm	mát
B	34	36	37
C	Đài Loan	Thái Lan	Lào
D	Sapa	Thành Phố Hồ Chí Minh	Hà Nội

듣기 한국인 여자와 베트남인 남자가 날씨에 대해 이야기하고 있습니다.
다음을 듣고 물음에 답해 보세요. Track 094

1. 베트남의 날씨는 어떻습니까?

A. Lạnh　　B. Nóng　　C Trời mưa

2. 여자는 베트남의 날씨에 적응했습니까?

A. 적응했다　　B. 아직 못 했다　　C. 적응하고 싶지 않다.

3. 베트남의 온도는 몇 도 입니까?

A. 35℃　　B. 34℃　　C. 37℃

연습문제

1 **다음 그림을 보고 물음에 답하세요.**

1) 

A: Thời tiết hôm nay thế nào?

B: ____________________.

A: Nhiệt độ ở đây là bao nhiêu?

B: ____________________.

2) 

A: Thời tiết hôm nay thế nào?

B: ____________________.

A: Nhiệt độ ở đây là bao nhiêu?

B: ____________________.

3) 

A: Thời tiết hôm nay thế nào?

B: ____________________.

A: Nhiệt độ ở đây là bao nhiêu?

B: ____________________.

2 **hơn을 넣어서 다음의 예시처럼 문장을 완성하세요.**

Ví dụ < Chị Thủy: 168cm / Chị Loan: 158cm. >
→ Chị Thủy cao hơn chị Loan.

A. < Việt Nam : 31 độ C / Hàn Quốc : 27 độ C. >

____

B. < Nga : -5 độ C / Hàn Quốc : - 3 độ C. >

____

C. < Cái bàn này : $10m^2$ / Cái bàn kia : $12m^2$>

____

3 **다음 단어를 문맥에 맞게 순서대로 쓰세요.**

A. thời tiết / thế nào / hôm nay?

____.

B. Hàn Quốc / mùa đông / hơn / mùa đông / lạnh / Việt Nam

____.

C. nói / ti vi / 39 độ C / nóng / hôm nay

____.

독해 및 쓰기

★ **다음은 계절에 대한 대화입니다. 이 글을 참고하여 계절과 관련된 상황 회화문을 만들어 보세요.**

(Hôm nay tôi đã đi dạo ở công viên với bạn trai nhưng bất ngờ trời mưa.)

Lan Anh ơi, hôm qua em đã xem dự báo thời tiết rồi mà ti-vi nói hôm nay trời nắng nhưng sao hôm nay trời mưa?

Duy Ừ, anh cũng xem rồi. Chắc là mưa rào đấy. Chúng ta đi quán cà-phê nhé.

Lan Ừ, đi đi.

<Quán cà-phê>

Người phục vụ anh chị uống gì ạ?

Duy Ôi lạnh quá. Cho tôi cà-phê nóng đi. Còn em, em muốn uống gì?

Lan Em cũng thế.

Người phục vụ Dạ vâng ạ. Anh chị đợi một chút.

Duy Tháng sau em có thời gian không? Chúng ta đi du lịch ở Hàn Quốc nhé.

Lan Thích quá. Nhưng mà dạo này ở Hàn Quốc là mùa đông mà. Lạnh lắm.

Duy Không sao. Tuyết đẹp lắm.

Lan Ừ em cũng muốn nhìn tuyết rơi.

11

저는 베트남어를 제일 좋아해요

Tôi thích tiếng Việt nhất

주요 문법 · nhất (최상급) · bao lâu (얼마나)

대화 포인트

- Em đã học tiếng Việt được 2 tháng rồi. 저는 베트남어를 두 달 공부했어요.
- Bạn nói tiếng Việt tốt mà. 너 베트남어 굉장히 잘하네.
- Bạn thích môn nào nhất? 너는 어떤 과목이 제일 좋아?

11 저는 베트남어를 제일 좋아해요
Tôi thích tiếng Việt nhất.

★ 다음 단어를 듣고 따라 말해 보세요. Track 095

과목 Môn

Toán	수학	Âm nhạc	음악
Tiếng Anh	영어	Xã hội	사회
Văn học	문학	Khoa học	과학
Mỹ thuật	미술	Địa lý	지리
Lịch sử	역사		

형용사 1

Đẹp	아름다운	Xấu	못생긴
Béo / mập	살찐	Ốm / Gầy	마른
Khoẻ	건강한	Yếu	약한
Khó	어려운	Dễ	쉬운
Hay	재미있는	Dở / Không hay	재미없는
Sáng	밝은	Tối	어두운
Cao	높은, 키가 큰	Thấp	낮은
Cũ	낡은	Mới	새로운
Dữ	사나운	Hiền	착한
To	큰(부피)	Nhỏ	작은
Dài	긴	Ngắn	짧은
Tốt / Giỏi	잘하는	Kém	못하는

확인합시다!

빈칸에 알맞은 말을 쓰세요.

* Sáng ↔ (　　)　　* Cao ↔ (　　)　　* Ngắn ↔ (　　)

답 Tối / Thấp / Dài

문법 & 예문

nhất (최상급)

nhất : 최상급을 나타내는 nhất은 일반적으로 형용사 뒤에 온다.
어순 형태는 '주어 + 형용사 + nhất'이고, 상황에 따라 '주어 + 형용사 + nhất + trong + 장소(~ 중에서 주어가 가장 ~하다)'로도 나타낼 수 있다.

Ví dụ
- Chị Thủy cao 168cm. Thủy 씨는 168cm입니다.
- Chị Loan cao 158cm. Loan 씨는 158cm입니다.
- Anh Park cao 180cm Park 씨는 180cm입니다.

→ Anh Park cao nhất. Park 씨가 가장 키가 큽니다.
→ Anh Park cao nhất trong lớp chúng tôi. Park 씨가 우리 반에서 가장 키가 큽니다.

A: Ai đẹp nhất trong lớp em? 누가 반에서 제일 예뻐요?
B: Tôi đẹp nhất trong lớp tôi. 내가 우리 반에서 제일 예뻐요.

bao lâu

'bao lâu?'는 '얼마나'라는 형태로 '얼마나~ 했는지'에 대한 의문 표현이다. 예를 들어 '너는 베트남에 여행을 얼마 동안 갈 거니?', '출장을 얼마 동안 있을 예정이니?' 등의 표현을 할 때 사용할 수 있다. 또한 '~을 했는지'에 대한 과거 표현은 bao lâu rồi를 사용하면 된다.

Ví dụ

A: Anh sẽ ở Việt Nam bao lâu? 당신은 베트남에 얼마 동안 있을 거예요?
→ '얼마 동안 갈 거예요?'라고 미래 형태로 물어보기 때문에 'sẽ'를 넣었지만 생략도 가능하다.
B: Tôi sẽ ở Việt Nam 5 ngày. 나는 베트남에 5일 머무를 거예요.

A: Anh học tiếng Việt bao lâu rồi? 당신은 베트남어를 얼마나 공부했어요?
B: Tôi đã học tiếng Việt 1 tháng rồi. 나는 베트남어를 한 달 공부했어요.

회화 1

전체듣기 Track 096 | 따라하기 Track 097

Sumi Em chào cô ạ. Em là sinh viên mới của khoa tiếng Việt.
Em tên là Sumi.

Cô giáo Chào em. Phát âm của em rất tốt.
Em học tiếng Việt được bao lâu rồi?

Sumi Em đã học tiếng Việt được 2 tháng rồi.

Cô giáo Em học tiếng Việt chỉ 2 tháng thôi mà em nói giỏi quá.

- mới 새로운
- chỉ~ thôi 단지 ~할 뿐이다
- khoa 과
- phát âm 발음
- giỏi 잘하다

Sumi 안녕하세요. 저는 베트남어과의 신입생입니다.
저의 이름은 수미입니다.

Cô giáo 안녕. 너의 발음이 매우 좋네.
너는 베트남어를 얼마 동안 공부했니?

Sumi 저는 베트남어를 두 달 공부했어요.

Cô giáo 베트남어를 공부한 지 2달밖에 안 됐는데 말을 굉장히 잘하는구나.

- 명사 + mới : 어떠한 명사 뒤에 mới가 나오는 경우는 '새것', '새로운'이라는 의미이다.

  예 Áo mới 새 옷
  Điện thoại mới 새 휴대폰
  Quyển sách mới 새 책
  Tôi là nhân viên mới. 나는 새로운 직원(신입사원)입니다.
  Tôi là học sinh mới. 나는 새로운 학생(신입생)입니다.

- được : 원래 '할 수 있다'라는 의미이지만 여기에서 사용되는 được은 '~이 되었다'의 의미로 간주할 수 있다. 즉 Học tiếng Việt được bao lâu rồi?(베트남어 공부한 지 얼마나 되었지?) / Học tiếng Việt được 2 tháng rồi.(베트남어 공부한 지 2달 되었어.)의 형태로 해석할 수 있다.

- 주어 + chỉ + 서술어 + thôi : 단지, 오직 ~할 뿐이다. ~밖에 안 되었다

  예 Anh ấy làm việc ở công ty này chỉ 3 tháng thôi. 그는 이 회사에서 일한 지 3달 밖에 안 되었다.
  Chị ấy không thích học. Chỉ thích học tiếng Việt thôi.
  그녀는 공부하는 걸 싫어해요. 오직 베트남어만 좋아해요.

회화 연습

나는 오직 그녀만 사랑해요.
나는 베트남어 공부한 지 1년밖에 안 되었어요.
나는 새로운 휴대폰을 사고 싶을 뿐이에요.

회화 ②

전체듣기 Track 098 따라하기 Track 099

Sumi Chào bạn. Tôi tên là Sumi. Rất vui được gặp bạn.

Thanh Ồ! Bạn là sinh viên mới phải không?
Tôi cũng rất vui được gặp bạn.
Tôi tên là Thanh.

Sumi Tôi đã học tiếng Việt chỉ 2 tháng thôi cho nên tôi không giỏi tiếng Việt. Bạn hiểu mình được không?

Thanh Được chứ. Nhưng bạn nói tiếng Việt tốt rồi mà.

- cho nên 그러므로
- mình 나 자신
- nhưng mà 그런데, 그러나
- …mà ~잖아

Sumi 안녕. 내 이름은 수미야. 만나서 반가워.

Thanh 오! 네가 새로운 학생이구나!
나도 너를 만나서 매우 기뻐.
내 이름은 타인이라고 해.

Sumi 나는 베트남어를 공부한 지 2달밖에 안 됐기 때문에 베트남어를 잘 못해. 이해해 줄 수 있니?

Thanh 당연하지. 그런데 너 베트남어 굉장히 잘하는데.

- cho nên : '그러므로', '그래서'라는 접속사의 일종이다. 앞 문장과 뒷문장을 연결해 주며 대부분 원인과 결과 형태이다.

  예 Hôm qua tôi tập thể dục nhiều cho nên hôm nay tôi thấy rất mệt.
  어제 나는 운동을 너무 많이 해서 (그러므로) 오늘 나는 매우 피곤하다.

  Cho nên에서 cho를 생략하고 nên만 사용하더라도 그 의미는 같다.

  예 Tôi không muốn học nên mẹ tôi luôn luôn lo lắng.
  나는 공부하고 싶지 않기 때문에 (그러므로) 우리 엄마는 항상 걱정하신다.

- nhưng mà(nhưng, mà) : '그러나', '그런데'라는 의미의 접속사이다. nhưng mà를 같이 써도 되고 nhưng 혹은 mà만 따로 쓰더라도 그 의미는 같다.

  예 Tôi không thích học tiếng Việt nhưng phải học.
  나는 베트남어 공부가 싫지만 (그러나, 그렇지만) 반드시 공부해야 한다.
  Anh ấy nghèo nhưng hạnh phúc. 그는 가난하지만 (그렇지만) 행복하다.

- … mà : 항상 문장 맨 뒤에 온다. 위에 말한 mà는 문장과 문장을 연결해 줄 때 접속사 형태로 쓰이지만 '…mà'는 '~했잖아'라는 표현으로 '이미 내가 말했잖아, 먹었잖아, 마셨잖아' 등 어떠한 행동을 이미 했고, 그것에 대해 다시 한 번 상기시켜 줄 때 사용하는 표현이다.

  예 A : Mẹ ơi. Con đói bụng quá. 엄마. 배고파요
  B : Con mới ăn cơm rồi mà. 너 방금 밥먹었잖아.

교체 연습

Nói rồi mà.
Ăn
Uống

Sumi Tôi thích môn âm nhạc.
Bạn thích môn nào nhất?

Thanh Thế à? Tôi cũng thích âm nhạc.
Nhưng tôi thích môn toán trong những môn học.

Sumi Ừm vậy hả? Tôi không thích toán nhất vì đau đầu lắm.
Ai học chăm chỉ nhất trong lớp chúng ta?

Thanh Chắc là Loan học chăm chỉ nhất trong lớp chúng ta.

- đau 아픈
- đầu 머리
- chăm chỉ 열심히
- lớp 교실, 반
- chắc là 아마
- trong ~안에서, ~중에서

Sumi 나는 음악이 좋아.
너는 어떤 과목이 제일 좋아?

Thanh 그래? 나도 음악이 좋아. 그러나 나는 여러 과목 중에서 수학이 제일 좋아.

Sumi 음 그래? 나는 제일 싫어 왜냐하면 머리 아프거든. 누가 우리 반에서 제일 공부를 열심히 해?

Thanh 아마 로안이 우리 반에서 제일 공부를 열심히 할거야.

- những / các : 복수 표현 (~들)

'Xin chào các bạn'에서 các 역시 '~들'을 의미하는 복수 표현이지만 이 둘의 차이점은 '셀 수 있느냐, 없느냐'의 차이이다. 대체적으로 các은 숫자가 커도 셀 수 있을 때 사용하고, những은 셀 수 없거나 가늠하기 어려울 때 사용할 수 있다. 회화에서의 những은 여러 과목이기 때문에 사용된 표현이다.

các과 những을 그래프로 보면 다음과 같다.

예 Tất cả các sinh viên đang học ở trường.
모든 학생은 학교에서 공부한다.
Những người đang ở trên xe điện ngầm.
사람들은 지하철 안에 있다.

rất + 형용사, 동사 / 형용사 + lắm / 형용사, 동사 + quá, quá + 형용사, 동사

rất, lắm, quá는 '매우', '굉장히'라는 의미이며 형용사 혹은 동사와 결합되어야만 그 의미가 부각되어 나타난다. 그러나 형용사나 동사의 위치가 정해져 있다는 것을 기억해야만 한다.

1) rất + 형용사 : Cô Mai rất thân thiện. 마이 선생님은 매우 친절해요.
Tôi rất muốn đi Việt Nam. 나는 베트남에 매우 가고 싶어요.

2) 형용사 + lắm : Món kim-chi ngon lắm. 김치는 매우 맛있어요.

3) 형용사 + quá : Hôm nay nóng quá. 오늘 매우 덥네요.
quá + 형용사 : Hôm nay quá nóng. 오늘 매우 굉장히 덥네요.

이처럼 'quá + 형용사'의 형태는 '형용사 + quá' 형태보다 훨씬 더 강조의 의미를 나타낸다.

회화 연습

그녀는 매우 귀여워요.
나는 쌀국수가 매우 좋아.

말하기/듣기

말하기 다음 표현을 활용해서 말하기 연습을 해 보세요. Track 102

A Anh học tiếng Pháp bao lâu rồi?

B Em đã học tiếng Việt 2 tháng rồi.

C Tôi cao nhất trong lớp tôi.

A	Chị	Anh ấy	Các bạn
B	6 tháng	8 tháng	2 năm
C	đẹp	hay	béo

듣기 남자와 여자가 과목에 대해 이야기하고 있습니다.
다음을 듣고 물음에 답해 보세요. Track 103

1 남자는 어떤 과목을 제일 재미있어 하나요?

A. Tiếng Việt B. Toán C. Âm nhạc

2 여자는 어느 나라 사람인가요?

A. Người Việt B. Người Đài Loan C. Người Hàn Quốc

3 여자는 어떤 과목을 제일 좋아하나요?

A. Tiếng Việt B. Toán C. Âm nhạc

연습문제

1 다음 형용사에 반대되는 형용사를 쓰세요.

A. Đẹp - __________　　B. Khó - __________　　C. Sáng - __________

D. Cao - __________　　E. Cũ - __________

2 다음의 예시처럼 문장을 완성하세요.

Ví dụ • Chị Thủy : 168cm / Chị Loan 158cm / Chị Hoa 170cm
→ Chị Hoa cao nhất.

A. • Việt Nam : 31 độ C　• Hàn Quốc : 25 độ　• Mỹ : 29 độ C

→ ____.

B. • Nga : 165cm　• Loan : 160cm　• Mai : 163cm

→ ____.

C. • Cái bàn này : $10m^2$　• Cái bàn kia : $12m^2$　• Cái bàn đó : $11\ m^2$

→ ____.

3 다음 단어를 문맥에 맞게 순서대로 쓰세요.

A. đẹp trai / nhất / ai / lớp / trong

__________________________________?

B. lớp / nhất / tôi / trong / khoẻ / tôi

__________________________________.

C. rồi / học / tiếng Anh / được / bao lâu / anh

__________________________________?

독해 및 쓰기

★ **다음 글을 읽고 물음에 답하세요.**

Hôm qua tôi đã nghỉ việc vì công việc đó không hợp với tôi. chuyên ngành của tôi là tiếng Việt cho nên tôi muốn vào công ty sử dụng tiếng Việt. 2 năm trước tôi đã vào công ty này. Khi phỏng vấn giám đốc nói rằng công ty chúng tôi đang tìm nhân viên nói được tiếng Việt. Nhưng trong 2 năm, tôi chỉ photo copy hoặc pha cà-phê cho giám đốc thôi.
Tôi đã rất thất vọng và không muốn làm việc ở công ty này nữa nên hôm qua nghỉ việc rồi. Tôi sẽ học tiếng Việt nữa sau đó đi Thành Phố Hồ Chí Minh. Vì ở đó có gia đình tôi và nhiều bạn của tôi. Sau khi nghỉ 3 tháng ở Việt Nam, tôi sẽ trở lại ở Hàn Quốc. Tôi sẽ bắt đầu lại.

여러분이 학생일 경우 자신의 전공 과목과 하고 싶은 일에 대하여 써 보고, 직장인일 경우 자신의 업무에 대하여 써 보세요.

12

한국에서 베트남까지 뭐 타고 가요?

Từ Hàn Quốc đến Việt Nam đi bằng phương tiện gì?

주요 문법 • từ A đến B (A부터 B까지) • mất bao lâu? (얼마나 걸립니까?)

대화 포인트

- Cậu thường đến trường bằng gì? 너는 보통 학교에 어떻게 오니?
- Nếu đi bằng máy bay thì rất nhanh nhưng đắt lắm. 만약 비행기로 간다면 빨라. 그러나 매우 비싸.
- Người Hàn Quốc thường dùng phương tiện giao thông công cộng như xe buýt hoặc tàu điện ngầm. 한국 사람은 보통 버스나 지하철 같은 대중교통을 이용해.

12 한국에서 베트남까지 뭐 타고 가요?

Từ Hàn Quốc đến Việt Nam đi bằng phương tiện gì?

★ 다음 단어를 듣고 따라 말해 보세요. Track 104

교통수단 Phương tiện giao thông

Xe đạp	자전거	Xe buýt	버스
Xe máy	오토바이	Tàu hỏa(북) Xe lửa (남)	기차
Xe ô-tô(북) Xe hơi(남)	자동차	Xe điện ngầm	지하철
Xích lô	인력거	Tàu thủy	배
Tắc xi	택시	Máy bay	비행기
Xe đạp điện	전기 자전거	Xe khách	관광버스

회화 포인트!!

문법 & 예문

từ A đến B

từ~ đến~ : ~부터 ~까지 → 시간, 장소 표현 등 다양하게 나타낼 수 있다.

[시간] từ 9 giờ sáng đến 5 giờ chiều. **오전 9시부터 오후 5시까지**

Ví dụ A: Anh thường làm việc từ mấy giờ đến mấy giờ? 당신은 보통 몇 시에 일해요?

B : Tôi thường làm việc từ 9 giờ sáng đến 5 giờ chiều.
나는 보통 오전 9시부터 오후 5시까지 일해요.

[장소] từ nhà tôi đến trường **우리 집에서 학교까지**

Ví dụ A : Từ nhà anh đến trường mất bao lâu? 오빠네 집에서 학교까지 몇 시간 걸려요?

B: Từ nhà tôi đến trường chỉ mất khoảng 30 phút thôi.
우리 집에서 학교까지 대략 30분밖에 안 걸려요.

[장소] từ đây đến đó(kia) **여기서부터 거기까지**

Ví dụ A : Từ đây đến đó mất bao lâu? 여기서부터 거기까지 얼마나 걸려요?

B: Từ đây đến đó mất 1 tiếng. 여기서부터 거기까지 1시간 걸려요.

mất bao lâu?

'얼마나 걸립니까?'라는 뜻으로 시간이 얼마나 걸리는지 물어볼 때 사용하는 표현이다. bao lâu는 앞서 학습하였듯이 '얼마 동안'이라는 표현이고, mất은 '걸리다'라는 뜻이다. 이를 응용하여 '대략 얼마나 걸립니까?'는 'mất khoảng bao lâu?'라고 물어볼 수 있다. 이때 khoảng은 '대략'이라는 뜻이다.

Ví dụ

[교통수단 / 집에서 회사까지]

A: Từ nhà anh đến công ty đi bằng gì? 당신의 집에서 회사까지 무엇을 타고 가시나요?

B : Từ nhà tôi đến công ty đi bằng xe điện ngầm. 집에서부터 회사까지 지하철을 타고 다녀요.

A Từ nhà anh đến công ty mất bao lâu? 당신의 집에서 회사까지 얼마나 걸리나요?

B : Từ nhà tôi đến công ty mất khoảng 30 phút. 우리 집에서 회사까지 약 30분 걸려요.

[한국에서 하노이까지]

A: Từ Hàn Quốc đến Hà Nội mất bao lâu? 한국에서 하노이까지 얼마나 걸려요?

B : Từ Hàn Quốc đến Hà Nội mất khoảng 4 tiếng bằng máy bay.
한국에서 하노이까지 약 4시간 걸려요.

회화 1

전체듣기 Track 105 따라하기 Track 106

Sumi Cậu thường đến trường bằng gì?
Thanh Tớ thường đến trường bằng xe máy.
Sumi Từ nhà bạn đến trường mất bao lâu đi bằng xe máy?
Thanh Từ nhà tớ đến trường mất khoảng15 phút đi bằng xe máy.

- bằng ~로
- mất 들다, 걸리다
- khoảng 대략

Sumi 너는 보통 학교에 어떻게 오니?
Thanh 나는 보통 학교에 오토바이로 와.
Sumi 집에서 학교까지 오토바이로 얼마나 걸려?
Thanh 오토바이로 집에서 학교까지 대략 15분 걸려.

- bằng : 앞서 배운 원급인 '~만큼'이라는 표현도 있지만 어떠한 교통수단을 이용하는지 물어볼 때도 사용할 수 있다. 이때 함께 사용하는 의문사는 gì이다. 따라서 '··· bằng gì?'라고 묻는다면 어떠한 교통수단을 이용하는지 묻는 표현이라고 할 수 있다.

  예 교통수단을 이용할 때
  A : Từ nhà bạn đến công ty bằng gì? 너희 집에서 회사까지 어떻게 오니?
  B : Tôi thường đến công ty bằng xe ô-tô riêng. 나는 보통 회사까지 개인 자동차를 타고 와.

  예 '걸어서 오다'라는 표현을 할 때(bằng 생략)
  A : Từ nhà anh đến đây đi bằng gì? 당신의 집에서 여기까지 무엇(어떠한 교통수단)으로 왔나요?
  B : Từ nhà tôi đến đây tôi đã đi bộ. 우리 집에서 여기까지 걸어서 왔어요.

- cậu는 '너'라는 표현이고, tớ는 '나'라는 표현이다.

  예 A : Cậu ăn cơm chưa? 너 밥 먹었어?
  B : Tớ mới ăn rồi. 나는 방금 막 먹었어.

교체 연습

당신의 집 에서 학교 까지 얼마나 걸리나요?
베트남 한국
회사 집

회화 ❷

전체듣기 Track 107 따라하기 Track 108

Sumi Nghe nói Nha Trang rất đẹp có phải không?

Thanh Đúng rồi! Nha Trang đẹp lắm.
Ở Nha Trang có bãi biển đẹp và có nhiều hải sản cho nên nhiều người nước ngoài đến ở đó.

Sumi Thế à? Tôi rất muốn đi.
Từ Thành Phố Hồ Chí Minh đến Nha Trang mình nên đi bằng gì?

Thanh Ừm, Nếu đi bằng máy bay thì rất nhanh nhưng đắt lắm.

- Nha Trang 냐짱 (한국에서는 나트랑으로 더 유명한 베트남 중부 지역에 있는 해양 도시)
- hải sản 해산물
- người nước ngoài 외국인
- ở đó 거기
- nên ~해야 한다

Sumi 듣기로 냐짱이 예쁘다던데 맞니?

Thanh 응 맞아! 냐짱은 매우 예뻐.
냐짱에는 예쁜 바다와 많은 해산물이 있어서 많은 외국인이 그곳으로 여행을 가.

Sumi 그래? 정말 가고 싶다.
나는 호찌민에서 냐짱까지 뭘 타고 가야 할까?

Thanh 음. 만약 비행기로 간다면 빨라. 그러나 매우 비싸.

- nên : ~해야만 하다

nên은 앞서 배운 '그러므로'라는 뜻도 있지만 '~해야만 하다'라는 의미도 있다.

예 Tôi nên đi bằng gì? 내가 어떤 수단으로 가야만 할까요?
Tôi nên làm gì? 내가 무엇을 해야만 할까요?

- nếu … thì~. : 만약에 ~면 …다.

(주어가 하나일 경우)
nếu + 주어 + 서술어 + **thì** + (주어 생략 가능) + 서술어
(주어가 두 개일 경우)
nếu + 주어 1 + 서술어 + **thì** + 주어 2 + 서술어

주어가 하나인 경우

Nếu tôi đi du lịch ở Việt Nam thì tôi muốn đi du lịch ở Thanh Phố Hồ Chí Minh.
내가 만약 베트남으로 여행을 간다면 호찌민으로 여행가고 싶다.

주어가 두개인 경우

Nếu anh đi công viên thì tôi cũng theo anh. 만약에 오빠가 공원에 간다면 나도 역시 오빠를 따라갈래요.

교체 연습

만약 여행을 간다면 베트남 으로 가고 싶다.
유럽
아시아
한국
미국

회화 ③

전체듣기 Track 109 따라하기 Track 110

Sumi Trời ơi. Xe máy nhiều quá vậy.

Thanh Ừ. Nhiều người Việt thường đi làm bằng xe máy.
Hàn Quốc thì thế nào?
Không như Việt Nam phải không?

Sumi Người Hàn Quốc thường dùng phương tiện giao thông công cộng như xe buýt hoặc tàu điện ngầm.
Còn tất nhiên là có xe ô tô riêng.
Nhưng mà vào giờ đi làm, rất kẹt xe nên thường dùng phương tiện giao thông công cộng.

- công cộng 대중, 공공의
- như ~처럼
- hoặc 혹은
- tất nhiên 당연히, 물론
- riêng 개인의
- thời gian 시간
- kẹt xe (남)
  tắc đường (북)
  교통정체인, 교통이 혼잡한

Sumi 우와. 오토바이가 정말 많구나.

Thanh 응. 많은 베트남 사람은 보통 오토바이를 타고 일하러 가.
한국은 어때?
베트남과 같지는 않지?

Sumi 한국 사람은 보통 버스나 지하철 같은 대중교통을 이용해.
그리고 물론 개인 자동차도 있어.
그러나 출근 시간에는 매우 막히기 때문에 보통 대중교통을 이용하지.

- …vậy / thế: 문장 맨 마지막에 사용하는 부사이며 해석이 안 되는 표현이다. 북쪽은 thế, 남쪽은 vậy라고 한다. 또한 앞 문장을 강조하는 표현이 있다.

  예 Hôm nay nóng quá vậy. 오늘 너무 덥다(오늘 왜 이렇게 덥지).
  Món ăn này ngon quá thế. 이 음식 너무 맛있다.

- như : ~처럼, ~와 같이
  như는 앞 문장에 대하여 뒷문장이 설명해 줄 때 사용할 수 있다.

  예 Tôi thích món ăn Hàn Quốc như Kim-chi, Bul-go-gi, Bi-bim-bap.
  나는 김치, 불고기, 비빔밥 같은 한국 음식을 좋아한다.

회화 연습

나는 영어, 일본어, 베트남어 같은 언어를 구사할 수 있어요.
나의 가족은 아빠, 엄마, 여동생, 남동생이 있어요.
나는 버스나 지하철 같은 대중교통을 이용한다.

말하기/듣기

말하기 **다음 표현을 활용해서 말하기 연습을 해 보세요.** Track 111

Ⓐ Từ Hàn Quốc đến Việt Nam mất bao lâu?

Ⓑ Tôi thường đến trường bằng xe máy .

Ⓒ Bạn thường đến trường bằng gì?

Ⓓ Từ nhà anh đến bệnh viện mất bao lâu?

Ⓐ	Nga	Mỹ	Pháp
Ⓑ	ô-tô	ta-xi	buýt
Ⓒ	Chị	Anh	Em
Ⓓ	bưu điện	nhà sách	trường

듣기 **남자가 지각한 것에 대해 여자와 이야기하고 있습니다. 다음을 듣고 물음에 답해 보세요.** Track 112

1. 남자는 학교에 무엇을 타고 옵니까?

   A. Xe đạp　B. Xe buýt　C. Xe máy

2. 오늘 남자는 왜 지각했나요?

   A. Vì kẹt xe　B. Vì thức dậy trễ　C. Vì mệt

3. 남자의 집에서 학교까지 보통 얼마나 걸리나요?

   A. 40 phút　B. 1 tiếng　C. 1 tiếng 10 phút

연습문제

1 다음 그림을 보고 물음에 답하세요.

1) 

A: Em ấy đến trường bằng gì?

B: ________________.

2) 

A: Anh ấy đi làm bằng gì?

B: ________________.

3) 

A: Chị ấy đến Hà Nội bằng gì?

B: ________________.

2 다음 단어를 문맥에 맞게 순서대로 쓰세요.

A. nếu / thì / đi / máy bay / bằng / hơn / nhanh.

____________________________________.

B. bao lâu / Hàn Quốc / từ / mất / đến / Việt Nam

____________________________________?

C. xe máy / trường / thường / bằng / đến / anh ấy.

____________________________________.

3 다음 물음에 대한 대답을 쓰세요.

A. Bạn thường đi làm (hoặc đi học) bằng gì?

____.

B. Từ nhà anh đến công ty (trường) mất bao lâu?

____.

C. Nếu bạn đi du lịch ở Việt Nam thì bạn muốn đi đâu?

____.

독해 및 쓰기

★ **다음을 읽고 문제를 풀어 보세요.**

Tôi là Duy và là người Việt Nam. Hiện nay tôi đang sống ở Thành Phố Đà Lạt. Tôi có nhiều bạn người Hàn Quốc.
Khoảng 1 năm trước, Jisu và Minki đến ở đây rồi. Hai người bạn muốn biết về văn hóa của Việt Nam.
Hai người bạn rất đẹp và thân thiện cho nên tôi cũng muốn tìm hiểu về văn hóa và ngôn ngữ của Hàn Quốc.
Tôi học tiếng Hàn Quốc được 1 năm rồi. Tôi thấy tiếng Hàn Quốc hơi khó nhưng mà rất hấp dẫn cho nên tôi mỗi ngày học tiếng Hàn Quốc. Bạn Minki nói rằng từ Việt Nam đến Hàn Quốc mất khoảng 4 tiếng bằng máy bay. Tôi chưa bao giờ đi Hàn Quốc nhưng nếu có dịp thì tôi rất muốn đi du lịch ở Hàn Quốc.

1. Duy là người nước nào?
2. Duy đang sống ở đâu?
3. Duy có mấy người bạn người Hàn Quốc?
4. Hai người bạn Hàn Quốc muốn biết về cái gì?
5. Duy học tiếng Hàn Quốc được bao lâu rồi?
6. Duy thấy tiếng Hàn thế nào?
7. Bạn Minki nói rằng từ Việt Nam đến Hàn Quốc mất bao lâu?

13

좌회전하고 우측에서 내려 주세요

Rẽ trái sau đó xuống ở bên phải nhé

주요 문법 · sau đó / sau khi (그 후에)

대화 포인트

- Xin lỗi làm ơn cho tôi hỏi thăm, Chợ Bến Thành ở đâu ạ?
  실례지만 뭐 좀 물어볼게요, 벤탄 시장이 어디에 있나요?
- Chắc là kịp thời gian. 시간 안에 도착할 수 있을 거예요.
- Mới hết tiền rồi. 방금 막 다 떨어졌어요.

13 좌회전하고, 우측에서 내려 주세요.

Rẽ trái sau đó xuống ở bên phải nhé

★ 다음 단어를 듣고 따라 말해 보세요. Track 113

방향 Phương huống

Đi thẳng	직진	Bên trái	왼편
Rẽ trái	좌회전(북)	Bên phải	오른편
Quẹo trái	좌회전(남)	Quẹo lại	U턴/ 돌다
Rẽ phải	우회전(북)	Phố	길(북)
Quẹo phải	우회전(남)	Đường	길(남)
Đèn giao thông	신호등	Lối sang đường	횡단보도
Ngã tư	사거리		

★ Dựng đây 여기 세워 주세요.

★ Xuống đây 여기서 내릴게요.

회화 포인트!!

문법 & 예문

sau đó

sau đó : 그 후에, 그러고 나서

어순은 A sau đó B의 형태로 'A한 뒤 B하다'로 해석한다.

A + sau đó B

Ví dụ Tôi sẽ ăn cơm sau đó đi làm việc.
나는 밥을 먹고 난 후 일을 하러 갈 것이다.

Anh ấy học tiếng Việt sau đó đi du lịch ở Việt Nam.
그는 베트남어를 공부한 후, 베트남으로 여행을 갈 것이다.

sau khi

sau khi : 그후에, 그러고 나서

sau đó와 조금 다른 어순 형태이지만 의미는 같다. 다음과 같이 두 가지의 형태가 있다.

sau khi + A + B

B + sau khi + A

Ví dụ
- Tôi sẽ đi làm việc sau khi ăn cơm.
  Sau khi ăn cơm, tôi sẽ đi làm việc.
  나는 밥을 먹은 뒤에 일하러 갈 것이다.
- Sau khi học tiếng Việt, anh ấy sẽ đi du lịch ở Việt Nam.
  Anh ấy đi du lịch ở Việt Nam sau khi học tiếng Việt.
  그는 베트남어를 공부한 후, 베트남으로 여행을 갈 것이다.

회화 1

전체듣기 Track 114 따라하기 Track 115

Sumi Anh ơi, Xin lỗi làm ơn cho tôi hỏi thăm. Chợ Bến Thành ở đâu ạ?

Người đi đường Chợ Bến Thành hả?
Chị đi thẳng khoảng 500 mét, gặp ngã tư rẽ trái sau đó đi thẳng khoảng 100 mét nữa thì tới chợ Bến Thành ạ.

Sumi Xin lỗi em hỏi một cái nữa.
Từ đây đến đó có xa không anh?

Người đi đường Nếu đi bộ thì hơi xa. Chị đi bằng tắc xi hoặc xe buýt nhé.

- làm ơn 돕다
- hỏi thăm 묻다
- chợ 시장
- mét 미터
- nữa 더
- ngã tư 사거리
- tới 도착하다
- xa 멀다
- hơi 약간

Sumi 저기요, 실례지만 뭐 좀 물어볼게요. 벤탄 시장이 어디에 있나요?

Người đi đường 벤탄 시장이요?
이 길로 500m 직진하고 사거리를 만나면 좌회전하세요.
그 후에 100m 더 직진하면 벤탄 시장에 도착할 수 있어요.

Sumi 죄송하지만 한 가지만 더 여쭤 볼게요.
여기서 거기까지 멀까요?

Người đi đường 만약에 걸어간다면 조금 멀어요. 버스나 택시를 타고 가세요.

- 길 물어볼 때 쓰는 표현
  기본적으로 길을 물을 때 문장 앞에 Xin lỗi를 넣어 줌으로써 공손함을 표현한다.
  – Xin lỗi, em làm ơn cho hỏi thăm. 실례지만 뭐 좀 물어볼게요.
  – Xin lỗi, em có hỏi. 실례지만 질문이 있어요.
  – Xin lỗi, anh(chị) có bận không? Em muốn hỏi. 실례합니다. 바쁘신가요? 물어볼 것이 있어요.
  이때 xin lỗi와 더불어 상대방 주어를 함께 말해야 공손 표현이 완성된다는 것을 잊어서는 안 된다.
- nữa : 부사로 '더, 더 많은, 보다 더'라는 의미이다. 그렇기 때문에 꼭 교통이 아니더라도 평소에 여러 가지로 활용이 가능하다.
  예 Đi thẳng khoảng 100 mét nữa thì tới. 약 100미터 더 직진하면 도착합니다.
  Mệt quá. Em phải đi nữa hả? 너무 힘들어요. 더 가야 하나요?

회화 연습

저는 더 먹고 싶어요.
한 번 더 마셔.
한 가지만 더 물어볼게.

회화 ②

전체듣기 Track 116 따라하기 Track 117

Tài xế Chào chị. Chị đi đâu đấy?

Sumi Chú làm ơn đưa em ra Trường Đại Học Sư Phạm.

Tài xế Ủa, chị là người Hàn Quốc mà học ở Việt Nam à?

Sumi Dạ vâng. Chú ơi, em xin lỗi mà chạy nhanh hơn được không? Em sợ trễ lớp học. Em 8 giờ bắt đầu lớp.

Tài xế Tiếc quá. Giờ này rất kẹt xe nên tôi không chạy nhanh hơn được. Nhưng em sẽ cố gắng nhé.
Đừng lo. Chắc là kịp thời gian.

- chú 아저씨
- ủa 감탄사 (어?)
- chạy 달리다
- sợ 두려운, 걱정되는
- trễ 늦다
- bắt đầu 시작하다
- lớp 교실, 반, 수업
- tiếc 유감스러운
- cố gắng 노력하다
- đừng ~하지 마세요
- lo (lo lắng) 걱정하다
- kịp thời gian 시간에 맞추다

Tài xế 안녕하세요. 어디 가시나요?

Sumi 사범대로 데려다 주세요.

Tài xế 어? 당신은 한국 사람인데 베트남에서 공부하나요?

Sumi 네 맞아요. 아저씨 죄송한데요, 혹시 좀 더 빨리 갈 수 있나요?
저는 수업에 늦을까 걱정돼요. 저는 8시에 수업이 시작해요.

Tài xế 안타깝네요. 지금 시간은 막히는 시간이라 더 이상 빠르게 달릴 수는 없지만 노력해 볼게요.
걱정하지 말아요. 시간 안에 도착할 수 있을 거예요.

- Không … đâu : Không 뒤에서는 동사나 형용사가 오고 그 형태는 부정 표현이 된다는 것은 이미 앞에서 배운 표현이다. 그런데 뒤에 đâu라는 단어가 온 것은 다소 생소할 것이다. 'Không … đâu' 표현은 절대 부정, 강한 부정 형태를 나타낸다.

  예 A: Em đẹp quá. 너 정말 예쁘다.
  B: Chị thấy em đẹp quá hả? không phải đâu. Nhưng cảm ơn.
  언니가 보기엔 제가 예뻐요? 절대 아니에요. 그러나 감사해요.
  A: Cậu hiểu được bài này hả? Tớ không hiểu được đâu.
  너는 이 문제 이해했니? 나는 정말 이해가 안 돼.
  B: Tôi cũng không biết đâu. 나도 역시 잘 몰라요.

- đừng + 동사 : Đừng은 '~하지 마라'라는 부정 형태이며 명령의 의미로도 사용할 수 있다.

  예 Đừng! 하지 마!
  Em ăn nhiều rồi. Đừng ăn nữa. 넌 이미 많이 먹었어. 더 이상 먹지 마.
  Anh ơi đừng hút thuốc. 아저씨 담배 피우지 마세요.

교체 연습

Đừng ăn.
가지 마.
마시지 마.
늦지 마.

회화 ③

전체듣기 Track 118 | 따라하기 Track 119

Tài xế Em ơi kịp thời gian không?

Sumi Dạ vâng. Còn thời gian rồi.
Cảm ơn anh. Bao nhiêu tiền, anh?

Tài xế Chín mươi lăm ngàn đồng.

Sumi Em đưa một trăm ngàn đồng. Cho em tiền lẻ nhé.

Tài xế Xin lỗi. Tôi không có tiền lẻ. Mới hết tiền rồi.

- đưa 건네주다
- tiền lẻ 잔돈
- mới 방금, 막
- hết 잃다, 떨어지다

Tài xế 시간 안에 도착한 거 맞지요?

Sumi 네 맞아요. 시간이 남았네요.
감사합니다. 얼마인가요?

Tài xế 9만 5천 동이에요.

Sumi 제가 10만 동 드릴게요. 잔돈 주세요.

Tài xế 미안해요. 거스름돈이 없어요. 방금 막 다 떨어졌어요.

- mới : '새로운'이라는 뜻과 근접 과거 표현인 '방금 막'이라는 표현 두 가지가 있다.

  예 Tôi mới ăn cơm rồi. 나는 방금 밥을 먹었어요.

  또한 화자가 느꼈을 때 시점이 방금 이루어진 상황에서도 사용 가능하다.

  예 Hôm qua chị ấy mới về nước. 어제 그녀는 (막) 귀국했어.
  Anh ấy mới đi ra ngoài. 그는 방금 막 나갔어.

- hết : '잃다, 잃어버리다, 떨어지다'라는 의미가 있는데 다 팔려서 없을 때, 소진해 버렸을 때 사용 가능한 표현이다.

  예 Hôm qua tôi đã đi leo núi rồi. Tôi thấy mệt quá nên hết pin rồi.
  어제 나는 등산을 다녀왔어. 나는 너무 피곤해서 방전됐어.

  〈pin : 배터리 hết : 떨어지다 → 방전되다〉

  예 A : Cô ơi có quả cam không? 아줌마. 오렌지 있어요?
  B : Xin lỗi mới hết rồi. 죄송해요. 방금 막 다 나갔어요.

교체 연습

Tôi mới bắt đầu học tiếng Việt .
đi về nhà rồi
tập thể dục xong

말하기/듣기

말하기 다음 표현을 활용해서 말하기 연습을 해 보세요. Track 120

Ⓐ Anh ơi, Xin lỗi làm ơn cho tôi hỏi thăm, Chợ Bến Thành ở đâu ạ?

Ⓑ Từ đây đến đó có xa không anh?

Ⓒ Đi thẳng đường này khoảng 500 mét.

Ⓓ Sau đó quẹo trái.

Ⓐ	đại học sư phạm	công ty ABC	bệnh viện Sài Gòn
Ⓑ	chị	em	ông
Ⓒ	200	150	400
Ⓓ	quẹo phải	đi thẳng	quẹo lại

듣기 여자가 길을 묻고 있습니다. 다음을 듣고 물음에 답해 보세요. Track 121

1. 여자가 가고자 하는 곳은 어디입니까?

   A. Bệnh viện　B. Nhà hàng　C. Ngân hàng

2. 지금 여자가 있는 길로부터 몇 미터를 직진해야 하나요?

   A. 100 mét　B. 200 mét　C. 300 mét

3. 300m 직진 후, 우회전이 맞나요?

   A. 맞다　B. 아니다　C. 모른다

연습문제

1 빈칸에 알맞은 단어를 넣어 주세요.

khoảng / nhanh / xa / hỏi thăm

A. Xin lỗi làm ơn cho tôi __________.

B. Đi thẳng đường này __________ 500 mét.

C. Từ đây đến đó có __________ không anh?

D. Chú ơi xin lỗi mà chạy __________ hơn được không?

2 sau đó를 넣어서 다음 문장을 완성하세요.

đi bệnh viện / đi về nhà. → Tôi đi bệnh viện sau đó đi về nhà.

A. học tiếng Việt / ăn cơm

____________________________________.

B. tập thể dục / tắm

____________________________________.

C. xem phim / uống bia

____________________________________.

3 mới를 넣어서 다음 문장을 완성하세요.

A. Anh ấy về nước rồi.

____________________________________.

B. Cô ấy đi ra ngoài rồi.

____________________________________.

C. Em ấy trả tiền rồi.

____________________________________.

독해 및 쓰기

★ **다음 대화처럼 연습해 보세요.**

A : 저는 병원에 가고 싶어요. 어떻게 가야 하나요?
Tôi muốn đi bệnh viện. Tôi phải đi thế nào?

B : 이 길로 약 100m 직진하세요. 그리고 좌회전하세요.
Đi thẳng khoảng 100 mét sau đó rẽ trái.

14

이 책은 무슨 책이에요?

Quyển sách này là sách gì vậy?

주요 문법 • quyển (종별사) • đây, kia, đó (지시대명사)

대화 포인트

- Quyển sách này cũ rồi. 이 책은 너무 낡았어요.
- Không phải là con chó con mà là con mèo mà. 강아지가 아니라 고양이에요.
- Quả nho nho bao nhiêu một ký? 포도는 1킬로그램에 얼마인가요?

14 이 책은 무슨 책이에요?

Quyển sách này là sách gì vậy?

종별사

사물, 동물 등 명사 앞에 붙이는 관사의 일종이며, 수사와 함께 결합이 가능하다. 또한 사물을 좀 더 구체화하고 세분화시키는 역할을 한다.

★ **다음 단어를 듣고 따라 말해 보세요.** Track 122

Cái	무생물, 사물(물건) 앞에	cái bàn 책상, cái đồng hồ 시계, cái ghế 의자, cái túi xách 가방, cái máy lạnh 에어컨, cái điện thoại 전화기, cái mũ(nón) 모자
Con	생물, 동물 앞에	con mèo 고양이, con chó 개, con bò 소, con gà 닭, con chuột 쥐, con lợn(heo) 돼지, con hổ 호랑이, con thỏ 토끼, con sư tử 사자
Quyển Cuốn	책 종류 앞에	quyển sách 책, quyển từ điển 사전, quyển tạp chí 잡지, quyển tập(vở) 공책
Bức	그림, 사진 앞에	bức tranh 그림, bức ảnh(hình) 사진, bức thư 편지
Tấm		tấm ảnh(hình) 사진, tấm bản đồ 지도
Chiếc	교통수단 앞에	chiếc xe ô-tô 자동차, chiếc xe đạp 자전거, chiếc xe buýt 버스, chiếc xe máy 오토바이, chiếc máy bay 비행기, chiếc xe lửa 기차
Tờ	낱 장(종이) 앞에	tờ báo 신문, tờ giấy 종이
Quả/trái	주로 과일이나 동그란 형태 앞에	trái cây 과일, quả trứng 계란, quả bóng 공, quả đào 복숭아, quả cam 오렌지, quả chuối 바나나, quả xoài 망고, quả dừa 코코넛
Cây	막대기 형태의 물건 앞에	cây bút 볼펜, cây bút chì 연필, cây kem 아이스크림, cây nến 양초
Đôi	두 개가 한 쌍으로 이루어진 사물 앞에	đôi đũa 젓가락, đôi giày 신발

확인합시다!

다음 괄호에 들어갈 알맞은 종별사를 쓰세요.

1. (   ) giày
2. (   ) tranh
3. (   ) máy lạnh

답 Đôi / Bức / Cái

문법 & 예문

종별사 Loại từ

Cái này là cái bàn. 이것은 책상입니다.

Đây là con mèo. 이것은 고양이입니다.

Kia là quyển sách. 저것은 책입니다.

※ 종별사는 생략이 가능하기도 하지만 다음과 같은 경우에는 거의 붙여 준다.

1) 명사의 개수를 표현할 때

숫자 (số)	종별사(loại từ)	명사(danh từ)
1	cái	bàn
nhiều	con	chó

2) 지시대명사가 명사를 꾸며 줄 때

종별사(loại từ)	명사(danh từ)	지시대명사
cái	bàn	này
con	chó	kia/đó

3) 명사 뒤에서 그 명사의 이름을 표기할 때

종별사(loại từ)	명사(danh từ)	예
quyển	sách	Tôi đang đọc quyển sách *Harry Potter*

➡ '독서하다'는 đọc sách이라고 해도 되지만, 고유명사가 들어가므로 책은 quyển이라는 종별사를 반드시 붙여 준다. 따라서 Đọc sách *Harry potter*라는 문장은 없다.

지시대명사 đây, kia, đó

đây, kia, đó : 지시대명사로 사용되는 경우에 차이가 있다.

1) đây : 화자에게 가까이 있는 것을 지칭할 때

Đây là cái bàn. 이것은 책상입니다.

2) kia, đó : 화자에게 멀리 있는 것을 지칭할 때

Kia là con chó. 저것은 강아지입니다.

Đó là cái đồng hồ. 저것은 시계입니다.

※사람을 지칭하는 표현

이분 người này / 저분 người đó, người kia

회화 1

전체듣기 Track 123 따라하기 Track 124

Sumi Mẹ ơi. Quyển sách này cũ rồi. Cái này có bỏ không?

Mẹ Không được con à. Ông ngoại của con rất quý quyển sách đó mà. Nếu con bỏ thì ông của con sẽ rất tức giận.

Sumi Thế à? Quyển sách này là sách gì vậy mà ông ngoại rất quý?

Mẹ Mẹ cũng không biết vì tất cả bằng chữ Hán nên mẹ không đọc được. Nhưng nghe nói quyển đó là nhật ký của bà ngoại của con.

- bỏ 버리다
- ông ngoại 외할아버지
- quý 아끼다, 귀하게 여기다
- tức giận 화내다
- chữ 글씨
- hán từ 한자
- nhật ký 일기

Sumi 엄마, 이 책은 너무 낡았어요. 이거 버릴까요?

Mẹ 안 돼. 그 책은 너의 외할아버지가 굉장히 아끼시는 거잖아.
만약에 네가 버리면 할아버지는 굉장히 화내실 거야.

Sumi 그래요? 이 책이 무슨 책이길래 할아버지가 그렇게 아끼시는 거예요?

Mẹ 엄마도 모르겠어. 왜냐하면 전부 한자로 쓰여 있거든. 그래서 엄마도 읽을 수가 없네.
그런데 그 책은 너의 외할머니 일기라고 들었어.

- 부모–자식 관계에서는 반드시 'Mẹ – con', 'Ba – con'이라고 주어 표현을 해야 한다.
- nghe nói : '듣기로는'이라는 표현으로 '정확히는 모르겠지만 누군가 그러더라, 어디에서 들었더라' 등으로 해석할 수 있다.

  예 Nghe nói hôm nay trời mưa. (듣기로는) 오늘 비가 온대.
  Nghe nói anh ấy về Hàn Quốc rồi. (듣기로) 그는 이미 한국에 돌아갔대.

회화 연습

듣기로, 이 카페는 커피가 맛있대 !
베트남의 날씨는 매우 덥대요
오늘 휴강이라던데요

회화 ❷

전체듣기 Track 125 따라하기 Track 126

Sumi Mẹ ơi. Con muốn nuôi 1 con nữa.

Mẹ Bây giờ cũng có 2 con chó rồi mà sao con muốn một con nữa?
Mẹ nói là không được mà. Mẹ không cho phép.

Sumi Mẹ ơi. Không phải là con chó con mà là con mèo mà. Con rất thích nuôi động vật. Cho phép con đi mẹ. Con sẽ học chăm chỉ nữa.

Mẹ Thế thì chúng ta hứa nhé. Con phải học chăm chỉ nhé.

- nuôi 기르다
- phép 허락하다
- động vật 동물
- chăm chỉ 열심히 하다
- thế thì 그러면
- hứa = hẹn 약속하다

Sumi 엄마, 저는 한 마리 더 키우고 싶어요.

Mẹ 지금도 두 마리나 있는데 너는 왜 한 마리 더 키우고 싶니?
엄마가 안 된다고 했지. 엄마는 허락해 줄 수 없어.

Sumi 엄마, 강아지가 아니라 고양이에요. 저는 동물을 키우는 게 너무 좋아요.
제발 허락해 주세요. 앞으로 더 열심히 공부할게요.

Mẹ 그럼 우리 약속한 거야. 공부 열심히 해야 한다.

- không phải là A mà là B : A가 아니고 B이다
  'A명사가 아니라 B명사이다'라고 더 부가적인 설명을 할 때 다음과 같은 문법을 사용하면 된다.
  예 Không phải cái này mà là cái kia. 이게 아니고 저거예요.
  Không phải tiếng Việt mà là tiếng Anh. 베트남어가 아니고 영어예요.
- xin phép : 허락을 구할 때 사용하는 표현이다.
  예 Tôi phải xin phép trước sau đó đi chơi. 나는 반드시 허락을 먼저 구하고 놀러 갈 거야.
- con chó con : 'con cho'는 '개'를 의미하는데 뒤에 con을 붙이면 '강아지'가 된다.

교체 연습

비행기 이/가 아니고 오토바이 예요.
책상 의자
오렌지 바나나

회화 ❸

전체듣기 Track 127 따라하기 Track 128

Người bán Mua quả đi cô. Tiệm chúng tôi quả nào cũng rất ngon.

Khách hàng Vậy hả? Quả nho bao nhiêu một ký?

Người bán Hai mươi lăm ngàn đồng chị. Ngoài nho, quả dừa cũng rất ngon.

Khách hàng Dạ không. Em chỉ cần quả nho và quả dâu thôi. Nhưng mà quả nho mắc quá. Em sẽ trở lại nhé.

- tiệm 상점, 가게
- nho 포도
- ký 킬로그램
- cần 필요하다
- dâu 딸기
- mắc 비싼
- trở lại 되돌아가다

Người bán 과일 사세요. 우리 가게 과일은 뭐든지 다 맛있어요.

Khách hàng 그래요? 포도는 1킬로그램에 얼마인가요?

Người bán 2만 5천 동이에요. 포도 외에 코코넛도 매우 맛있어요.

Khách hàng 아니요. 저는 단지 포도랑 딸기만 필요해요. 그런데 포도가 좀 비싸네요. 다시 올게요.

- nào cũng : 어느 것이든

  예 Người Hàn Quốc nào cũng hiền. 한국 사람은 누구나 착해요.

- ngoài : 그 외에

  Ngoài + 명사

  예 Ngoài phở bò, phở gà cũng rất ngon. 소고기 쌀국수 외에 닭고기 쌀국수도 매우 맛있어요.

- trở lại : 되돌아가다, 돌아오다

  예 Tôi sẽ trở lại. 다시 돌아올게요.

  Tại sao em trở lại? 너는 왜 다시 돌아왔니?

- bao nhiêu~? : ~에 얼마예요?

  Bao nhiêu một chục? 10개에 얼마예요? (여기서의 chục은 숫자 10을 나타낸다.)

교체 연습

망고 는 10개 에 얼마예요? → 10개 에 5만 동 이에요.
코코넛 1킬로그램 → 1킬로그램 3만 동

말하기/듣기

말하기 다음 표현을 활용해서 말하기 연습을 해 보세요. Track 129

Ⓐ Đây là cái gì?

Ⓑ Cái bàn này rộng.

Ⓒ Kia là con gì?

Ⓓ Bạn mua cái áo sơ mi ở đâu?

Ⓐ Kia Đấy Đó

Ⓑ kia ấy đó

Ⓒ Đây Đấy Đó

Ⓓ Anh Chị Bà

듣기 여자와 남자가 물건에 대해 이야기하고 있습니다.
다음을 듣고 물음에 답해 보세요. Track 130

1. 여자가 예쁘다고 한 것은 무엇인가요?

   A. Cái điện thoại B. Quyển sách C. Cái đồng hồ

2. 마켓에서 파는 물건들은 어떤가요?

   A. Cái nào cũng đắt B. Cái nào cũng đẹp C. Cái nào cũng rẻ

3. 남자는 요즘 무슨 공부를 하나요?

   A. Tiếng Việt B. Tiếng Hàn Quốc C. Tiếng Nga

연습문제

1 다음 그림을 보고 알맞은 단어를 쓰세요.

1) 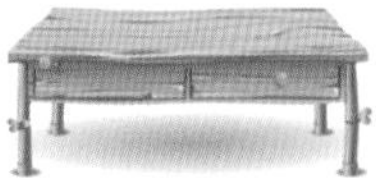

A: Đây là cái gì?

B: ____________.

2) 

A: Kia là cái gì?

B: ____________.

3) 

A: Đấy là cái gì?

B: ____________.

2 다음의 답변을 보고 질문을 써 보세요.

A. Q: ______________________________?

A: Con này là con mèo.

B. Q: ______________________________?

A: Chiếc này là chiếc xe ô-tô.

C. Q: ______________________________?

A: Quả này là quả chuối.

3 다음 단어를 문맥에 맞게 순서대로 쓰세요.

A. rồi / này / quyển / cũ / sách

______________________________________.

B. một / nữa / con / muốn / em / nuôi

______________________________________.

C. quả / bao nhiêu / nho / ký / một

______________________________________?

독해 및 쓰기

★ **다음을 읽고 종별사가 어떻게 쓰이는지 확인해 보세요. 그리고 적절한 종별사를 써서 여러분이 베트남어를 배우는 이유에 대해서 써 보세요.**

Chào các bạn. Em tên là Minh và năm nay 16 tuổi. Em là người Việt Nam. Em đang ở nhà sách để mua những quyển sách tiếng Hàn Quốc và cuốn từ điển Việt-Hàn.

1 năm trước, tôi xem tivi và tình cờ thấy được một người Hàn Quốc. Lúc đó em thấy một người rất đẹp trai và hát hay. Lúc đó em đã quyết định. 'Sau khi học tiếng Hàn Quốc, mình sẽ đi Hàn Quốc chơi'

Hiện nay em mỗi ngày đi trung tâm ngoại ngữ để học tiếng Hàn. Sau khi chăm chỉ học tiếng Hàn, năm sau em sẽ đi du lịch ở Hàn Quốc và muốn đi xem biểu diễn của ca sĩ đó.

15

당신은 무슨 색을 좋아해요?

Cô thích màu nào?

베트남 거리

주요 문법 • 형용사 어순

대화 포인트

- Nhưng mà em muốn nhận một cái dù màu vàng. 그런데 저는 노란색 우산을 받고 싶었어요.
- Anh mặc thử đi. 입어 봐요.
- Đến đây tìm giùm anh đi. 여기 와서 좀 찾아 줘 봐요.

15 당신은 무슨 색을 좋아해요?
Cô thích màu nào?

★ 다음 단어를 듣고 따라 말해 보세요. Track 131

색깔 Màu sắc

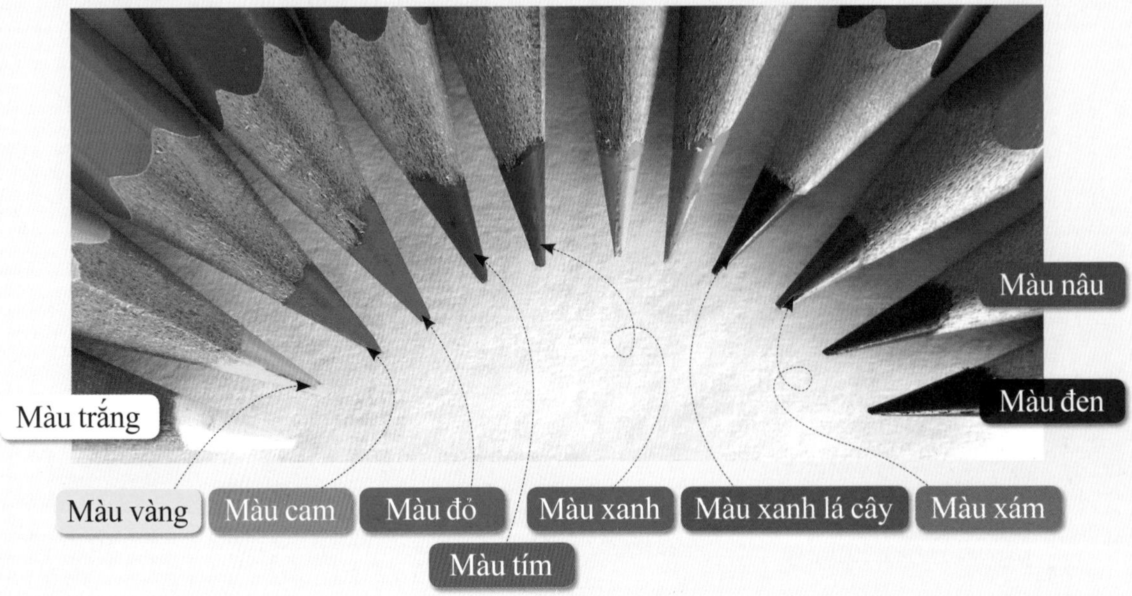

위치 Vị trí

Trên	위	Giữa	사이에
Dưới	아래	Trong	안에
Bên cạnh	옆	Ngoài	밖에
Trước	앞에	Sau	뒤에

회화 포인트!!

문법 & 예문

형용사 어순

종별사가 있을 경우, '종별사 + 명사'의 형태이며 종별사가 없는 경우 명사가 먼저 나온다.

종별사 + 명사 + 형용사 + 지시어

Chiếc xe ô - tô màu đỏ này 이 빨간 차

Cây nhỏ này 이 작은 나무

Bầu trời đẹp đó 저 예쁜 하늘

정리한 어순으로 문장을 만들어서 활용해 보자.

Tôi muốn mua chiếc xe - ô tô màu đỏ này. 나는 이 빨간 차를 사고 싶어요.

Nếu cây nhỏ này lớn lên thì chắc là rất đẹp và to lớn.

아마 이 작은 나무가 자라면 아주 웅장하고 예쁠 거야.

Em nhìn bầu trời đẹp đó đi. 저 예쁜 하늘 좀 봐.

수사 + 명사 + 형용사

Một con chó con đẹp 예쁜 강아지 한 마리

Hai bé dễ thương 귀여운 어린아이 두 명

Ba quyển sách dày 두꺼운 책 세 권

정리한 어순으로 문장을 만들어서 활용해 보자.

Tôi muốn nuôi một con chó con đẹp. 나는 예쁜 강아지 한 마리를 키우고 싶어요.

Hôm qua tôi nhìn hai bé dễ thương ở công viên.

어제 나는 귀여운 어린아이 두 명을 공원에서 봤어요.

Tôi phải mang theo ba quyển sách dày. 나는 반드시 두꺼운 책 세 권을 가져가야 해요.

회화 1

전체듣기 Track 132 따라하기 Track 133

Mai	Hôm nay là sinh nhật của em phải không? Chúc mừng sinh nhật của Loan nhé.
Loan	Cô Mai làm sao biết rồi? Cảm ơn rất nhiều.
Mai	Cô muốn tặng quà sinh nhật cho em. Nhưng mà cô không biết em muốn nhận cái gì.
Loan	Dạ em không có gì đặc biệt. Nhưng mà em muốn nhận một cái dù màu vàng.

- chúc mừng sinh nhật 생일 축하합니다
- tặng quà 선물하다
- đặc biệt 특별한
- dù 우산

Mai	오늘 너 생일 맞지? 생일 축하해.
Loan	마이 선생님 어떻게 알았어요? 정말 감사합니다.
Mai	선생님은 너에게 뭔가 특별한 선물을 해 주고 싶어. 그런데 뭐가 좋을지 모르겠는데 받고 싶은 것 있었니?
Loan	특별한 건 없어요. 그런데 저는 노란색 우산을 받고 싶었어요.

- làm sao : '어떻게'라는 표현으로, 놀랐을 때 표현할 수 있다.

  예 Làm sao biết? 어떻게 알아요?

  Em học tiếng Việt chỉ 3 tháng rồi mà làm sao đi làm việc ở Việt Nam?

  저는 베트남어를 공부한 지 3달밖에 안 됐는데 어떻게 베트남에서 일을 할 수가 있겠어요?

- không có gì đặc biệt : 특별한 것이 없다, 특별하지 않다

  예 A : Hôm qua em đi siêu thị mà có gì đặc biệt không?

  어제 너는 마트 갔는데 뭐 특별한 것이 있었어?

  B : Không. Không có gì đặc biệt. Cho nên tôi chỉ xem thôi.

  아니, 특별한 것 없었어. 그래서 나는 그냥 구경만 했어.

교체 연습

어떻게 이해가 안 될 수 있죠 ?

제가 말할 수 있겠어요

회화 ❷

전체듣기 Track 134 따라하기 Track 135

vợ(Loan) Anh ơi. Cái áo sơ mi hồng kia thế nào?
Em thấy đẹp. Anh mặc thử đi.

Chồng(Duy) Trời ơi. Anh không thích màu hồng mà.

vợ(Loan) Màu xanh kia thế nào?
Em thấy kiểu không đẹp mà nếu anh muốn mặc thì mua đi. Nhưng mà anh ơi. Dạo này đàn ông cũng mặc màu hồng. Xem thử đi. Đẹp mà.

Chồng(Duy) Không vừa ý. Anh nói rồi mà. Anh không thích màu hồng.

- vợ 부인
- chồng 남편
- thử 시도해 보다
- kiểu 디자인
- dạo này 요즘
- đàn ông 남자(남성)
- vừa ý 만족하다

vợ(Loan) 여보, 저 분홍색 와이셔츠는 어때요? 제가 보기엔 예뻐요. 입어 봐요.

Chồng(Duy) 저런. 나는 분홍색을 싫어하잖아.

vợ(Loan) 저 파란색은 어때요? 제가 보기엔 디자인이 별로인데 만약 당신이 입고 싶다면 사요.
그런데 여보. 요즘 남자들도 분홍색 입어요. 봐요. 예쁘잖아요.

Chồng(Duy) 마음에 안 들어. 이미 말했잖아. 나는 분홍색이 싫어.

- 동사 + thử : ~을 시도해 보다

  예 Ăn thử. 먹어 보다.
  Uống thử. 마셔 보다.
  Mặc thử. 입어 보다.

- Vừa ý : '만족하다'라는 표현으로 어떠한 물체나 사물을 사고 싶거나 상인에게 말할 때 사용할 수 있다.

회화 연습

드셔 보세요.
타
방문해

회화 ❸

전체듣기 Track 136 따라하기 Track 137

Thanh	Em ơi. Điện thoại của anh để ở đâu? Sao không thấy?
Vợ Thanh (Mai)	Hôm qua anh để trong túi xách của anh mà không thấy à?
Thanh	Ừ không thấy. Em đang làm gì? Đến đây tìm giùm anh đi.
Vợ Thanh (Mai)	Trời ơi. Phiền phức quá. Anh tìm trên bàn chưa? Đây rồi mà.

- để 두다
- thấy 보다
- túi xách 가방
- tìm 찾다
- giùm 돕다
- phiền phức 귀찮다
- mở 열다
- đóng 닫다, 끄다
- cửa 문

Thanh	여보. 내 핸드폰 어디다 뒀어? 왜 안 보이지?
Vợ Thanh (Mai)	어제 당신이 가방에 넣었는데 안 보여요?
Thanh	응 안 보여. 여보 지금 뭐해? 여기 와서 좀 찾아 줘 봐.
Vợ Thanh (Mai)	아이고. 정말 귀찮네요. 당신 책상 위에 찾아봤나요? 여기 있잖아요.

- để : 앞서 배운 '~을 위해서'라는 표현도 있지만 '~에 두다'라는 표현도 있다.
  예 Mẹ ơi, áo dài của con để ở đâu? 엄마, 내 아오자이 어디에 두었어요?
  Mẹ để trong tủ áo. 엄마가 장롱에 넣어 뒀어.
- giùm tôi : giùm은 '돕다'라는 의미이며, giùm tôi는 '도와주세요'라는 표현이다.
  그러나 응급 상황이 아니더라도, '(어떠한 일에 대해서) 나를 위해 함께 해 주겠니, 도와주겠니' 등의 공손하고, 정중한 표현으로도 쓸 수 있다. 회화에서처럼 남편이 아내에게 giùm anh이라고 했다고 해서 '제발 도와줘!'라는 표현이 아니라는 것을 명심하자.
  예 Mở cửa giùm tôi. 문 좀 열어 주세요.
  Đóng cửa giùm em. 문 좀 닫아 주세요.

교체 연습

핸드폰 좀 켜 주세요.
핸드폰 좀 꺼 주세요.

말하기/듣기

말하기 다음 표현을 활용해서 말하기 연습을 해 보세요. Track 138

A Chị thích màu nào?

B Cái áo sơ mi xanh kia thế nào?

C Tôi không thích màu đen.

D Chúc mừng sinh nhật của chị.

A	Anh	Em	Bạn
B	nâu	cam	hồng
C	trắng	tím	bạc
D	anh	em	bạn

듣기 손님과 상인이 이야기하고 있습니다. 다음을 듣고 물음에 답해 보세요.

Track 139

1 손님이 사고 싶은 물건은 무엇입니까?

A. 운동화 B. 와이셔츠 C. 바지

2 상인이 추천한 운동화는 무슨 색인가요?

A. Màu trắng B. Màu cam C. Màu đen

3 손님이 원하는 색은 무슨 색인가요?

A. Màu trắng B. Màu cam C. Màu đen

연습문제

1 다음 그림을 보고 물음에 답하세요.

1. Màu này là màu gì? ______________________________.
2. Màu kia là màu gì? ______________________________.
3. Màu đó là màu gì? ______________________________.
4. Màu đấy là màu gì? ______________________________.
5. Màu này là màu gì? ______________________________.

2 다음 단어를 문맥에 맞게 순서대로 쓰세요.

A. màu vàng / em / muốn / một / mua / cái / dù

______________________________.

B. ý / không / tôi / vừa

______________________________.

C. không / anh / thích / màu hồng / mà

______________________________.

3 다음의 질문에 대해 자신의 대답을 쓰세요.

A. Bạn thích màu nào?

______________________________.

B. Cái điện thoại của bạn để ở đâu?

______________________________.

C. Bạn có vừa ý quyển sách này không?

______________________________.

독해 및 쓰기

★ **다음을 읽고 해석해 보세요.**

Khi còn nhỏ, tôi rất thích màu hồng cho nên cái nào cũng màu hồng như cái giường, cái tủ áo, cái bàn, cái ghế thậm chí những quần áo cũng màu hồng. Nhưng lúc đó tôi thấy rất đẹp và tôi nghĩ rằng tôi là công chúa. Suy nghĩ bây giờ, chắc là lúc đó mẹ tôi rất mệt vì tôi.
Hiện nay tôi đã lớn rồi nên không còn thích màu hồng nữa vì nếu bây giờ cái nào cũng màu hồng như trước đây thì người ta nghĩ rằng bị điên. Nhưng thỉnh thoảng tôi nhớ về hồi đó vì nếu thích màu sắc thì như trẻ thó.
Bạn có đồng ý với ý kiến của mình không?

어떠한 사물이나 색깔 등과 관련된 본인만의 추억이 있다면 써 보세요.

16

저는 감기에 걸렸어요

Tôi bị cảm rồi

주요 문법 • 수동 표현

대화 포인트

- Hôm nay trông cậu có vẻ buồn. 오늘 너 슬퍼 보여.
- Vì từ sáng nay em bị sốt cao nên mới đi bệnh viện về.
  오늘 아침부터 저는 열이 굉장히 높아서 방금 병원에 다녀 왔어요.
- Em bị bệnh gì vậy? 어디가 아프신가요?

16 저는 감기에 걸렸어요.
Tôi bị cảm rồi.

★ 다음 단어를 듣고 따라 말해 보세요. Track 140

신체 Cơ thể, Thân thể

증상 Triệu chứng

Đau	아프다	Bị bệnh	병에 걸리다
Đau đầu	머리가 아프다	Mệt mỏi	몸살
Đau bụng	배가 아프다	Bị cảm	감기에 걸리다
Đau răng	이가 아프다	Bị căng thẳng	스트레스 받다
Viêm họng	목이 아프다 (인후염)	Thiếu ngủ	수면 부족
Sổ mũi	콧물이 나다	Không tiêu hóa được	소화가 안 되는
Bị sốt	열이 나다		

확인합시다!

다음 신체와 관련된 증상을 써 보세요.

* Bụng → (   )   * Cổ → (   )   * Mũi → (   )

답 Đau bụng / Viêm họng / Sổ mũi

문법 & 예문

수동 표현

주어 1 + 서술어 + 주어 2 [능동]

주어 2 + **được** + 주어 1 + 서술어 [수동]

Gia đình tôi sẽ đến thăm ông bà ngoại. [능동] 우리 가족은 외할아버지, 할머니를 방문할 것이다.

Ông bà ngoại được gia đình tôi sẽ đến thăm. [수동]

Tip 1 능동에 cho(~에게)가 있을 경우는 수동에도 반드시 cho가 들어 간다.

Cô giáo cho tôi nghỉ một ngày. 선생님은 내가 하루 쉴 수 있도록 허락해 주셨다.

Tôi được cô giáo cho nghỉ một ngày.

[능동 : 주어 2가 행동을 받는 사람 / 것]

Bác sĩ Duy đã khám bệnh miễn phí cho nhiều bệnh nhân nghèo.

Nhiều bệnh nhân nghèo đã được bác sĩ Duy khám bệnh miễn phí cho.

주이 의사는 많은 가난한 환자들을 위해 무료로 진찰해 주었다.

Tip 2 다음과 같이 주어가 하나일 경우에도 사용 가능하다.

안 좋은 영향을 받을 때

Tôi bị cảm 감기에 걸리다 / Tôi bị bệnh 병에 걸리다 / Bị phạt 벌금을 내다

좋은 영향을 받을 때

Tôi được thưởng. 보너스를 받다.

Tôi được đi du lịch ở nước ngoài. 나는 외국으로 여행을 가게 되었다.

(생략이 가능하기도 하지만, 여행을 가는 것은 좋은 상황이므로 **được** 사용 가능)

회화 1

전체듣기 Track 141 따라하기 Track 142

Thanh Hôm nay trông cậu có vẻ buồn. Có chuyện gì vậy?

Sumi Từ tối hôm qua mẹ tớ bị bệnh nên đi cấp cứu rồi.

Thanh Trời ơi. Mẹ cậu bị bệnh gì vậy? Có nặng không?

Sumi Không. Dạo này mẹ tớ có nhiều việc nên luôn luôn thức khuya rồi.
Bác sĩ nói rằng mẹ tớ có nhiều bị căng thẳng cho nên phải nghỉ ngơi và ăn uống đầy đủ thì sẽ hết bị căng thẳng.

- buồn 슬픈, 우울한
- chuyện 일
- cấp cứu 응급실
- nặng 위중한
- thức khuya 밤을 새우다

Thanh 오늘 너 슬퍼 보여. 무슨 일 있어?

Sumi 어제 저녁부터 어머니가 아프셔서 응급실에 다녀 왔어.

Thanh 저런. 어머니는 무슨 병이시래? 위중하시대?

Sumi 아니. 요즘 어머니가 일이 많으셔서 매일 밤 새워서 일하셨거든.
의사 선생님이 말하길 우리 어머니가 스트레스를 너무 많이 받으셨대. 그래서 푹 쉬시고 충분히 먹고 자면 괜찮아질 거라고 하셨어.

- trông…có vẻ : 'trong + 주어 + có vẻ + 형용사'의 순서로 사용하며 '~처럼 보이다'로 해석한다.
  예 Hôm nay trông chị có vẻ mệt. 오늘 당신은 피곤해 보여요.
  Hôm nay trông chị đẹp quá. 오늘 당신은 매우 예뻐 보여요.
- 병원 종류

응급실 cấp cứu	내과 nội khoa
외과 ngoại khoa	소아과 nhi khoa
치과 nha khoa	산부인과 phụ khoa

- nặng : '무거운'이라는 뜻이지만 병명에서 사용할 때는 '위중한'이라는 표현으로 사용할 수 있다. 반대로 가벼운 질병은 nhẹ라는 단어를 사용한다.
- nói rằng : 북부에서 쓰는 표현인데 '~가 말하길'이라고 사용한다. 남부에서는 nói là라고 한다.
  예 Anh ấy nói rằng hôm nay trời sẽ mưa 그가 말하길 오늘 비가 온대.
- ăn uống đầy đủ : ăn uống은 '먹고 마시다'라는 표현이며 đầy đủ는 '충분히'라는 뜻이다.

교체 연습

Hôm nay trông chị có vẻ buồn.
vui (기쁘다)
tức giận (화가 나다)

회화 ❷

전체듣기 Track 143 | 따라하기 Track 144

Loan Alô. Chào cô ạ. Em là Loan đây. Cô có bận không ạ?

Cô giáo À Chào em. Bây giờ cô không có bận gì mà sao vậy em?

Loan Cô ơi, ngày mai em chắc không đi học được.
Vì từ sáng nay em bị sốt cao nên mới đi bệnh viện rồi nhưng bác sĩ nói rằng em bị cảm rồi nên phải nghỉ 2~3 ngày. Xin lỗi cô ạ.

Cô giáo Thế à? Ừ. Cô hiểu rồi. Em được nghỉ và hẹn gặp tuần sau nhé.

- bị sốt 열이 나는
- cao 높은
- bị cảm 감기에 걸린
- ạ 공손 표현

Loan 여보세요. 선생님, 안녕하세요. 저는 로안이에요. 선생님 바쁘신가요?

Cô giáo 아, 안녕. 나는 지금 특별한 게 없긴 한데 무슨 일이니?

Loan 선생님 내일 저는 아마 학교에 갈 수 없을 것 같아요.
왜냐하면 오늘 아침부터 저는 열이 굉장히 높았어요. 그래서 방금 병원에 다녀 왔는데요. 의사 선생님이 말씀하시길 제가 감기에 걸렸대요. 그래서 2~3일 정도 반드시 쉬어야 한다고 하셨어요. 죄송합니다.

Cô giáo 그래? 알겠어. 선생님은 이해했어. 쉬고 다음 주에 보자.

- alô : '여보세요'라는 표현으로 베트남에서 전화를 걸고 받을 때 사용할 수 있다.
- 능력 부정 형태 : 베트남어의 부정 표현의 기본적인 형태는 〈không + 동사, 형용사〉이다.
  그러나 〈không + 동사, 형용사 + được〉은 능력 부정 형태를 의미한다.
  예 không ăn 안 먹어. / không ăn được 먹을 수 없다.
  không đi 안 가. / không đi được 갈 수 없다.
- bị sốt : '열이 나다'라는 표현이며 cao는 '높다'라는 형용사이다.
  한국어로 '열이 많이 나다'라고 하면 베트남어 역시 bị sốt nhiều라고 할 것 같지만, 실제로는, bị sốt cao라고 사용하므로 주의해야 한다.
- vì…nên~ : 왜냐하면 …하기 때문에 (원인–결과)
  vì는 '왜냐하면'이라는 뜻이고, nên는 '그렇기 때문에'라는 접속사인데 이 둘을 합쳐서 하나의 문법 형태로 나타낼 수 있다.
  예 Vì trời mưa nên hôm nay tôi không muốn đi học. 비가 오기 때문에 오늘 나는 학교에 가기 싫다.
  Vì ăn nhiều nên tôi không tiêu hoá được. 나는 많이 먹어서 소화가 안 돼.

회화 연습

나는 베트남에 살아야 하기 때문에 베트남어 공부를 해야 해.
그는 영화 보기를 좋아하기 때문에 매주 영화를 보러 가요.

회화 ③

전체듣기 Track 145 따라하기 Track 146

Bác sĩ Chào em. Em ngồi xuống đi. Em bị bệnh gì vậy?

Sumi Chào bác sĩ ạ. Từ tối hôm qua em đau bụng và đau đầu nữa. Em không biết tại sao.

Bác sĩ Thế à? Hôm qua em ăn uống gì vậy?

Sumi Em thường không ăn sáng còn buổi chiều em đã ăn cơm chiên hải sản và uống bia một chút sau đó ăn kem và bánh rồi.

Bác sĩ Rồi. Bệnh của em nhẹ thôi nên đừng lo nhé.
Em uống thuốc trong 2 ngày thì sẽ hết bệnh.

- ngồi xuống 앉다
- cơm rang(북)
  cơm chiên(남) 볶음밥
- kem 아이스크림
- bánh 케이크, 빵
- lo 걱정하다

Bác sĩ 안녕. 여기 앉아라. 어디가 아프니?

Sumi 안녕하세요 선생님. 어제 저녁부터 저는 배가 아프고 머리도 아파요.
왜 그런지 모르겠어요.

Bác sĩ 그래? 어제 너는 무엇을 먹고 마셨니?

Sumi 저는 보통 아침을 먹지 않아요. 그리고 오후에 해산물 볶음밥을 먹고 맥주를 조금 마셨고
아이스크림과 케이크를 먹었어요.

Bác sĩ 그래. 가벼운 병이니까 너무 걱정하지 마.
2일 정도 약을 먹고 나면 괜찮아질 거야.

- không biết 뒤에 의문사를 붙여서 다음과 같이 활용할 수 있다.
  Không biết tại sao 왜 그런지 모르겠다.
  Không biết làm sao 어떻게 해야 하는지 모르겠다.
- trong : '~동안'
  예 Anh ấy đã đi công tác trong 3 ngày rồi. 그는 3일 동안 출장 갔다.
  Chị ấy ngủ trong một ngày. 그녀는 하루 동안 잤다.
- uống thuốc : 약을 먹다(한국에서는 보통 '약을 먹다'라고 말하지만 베트남에서는 '약을 마신다'고 표현한다.)
  수면제를 먹다 : uống thuốc ngủ
  비타민을 먹다 : uống thuốc vitamin C
  보약을 먹다 : uống thuốc bổ

회화 연습

나는 감기약을 두 알 먹었다.
그는 수면제를 먹었다.

말하기/듣기

말하기 다음 표현을 활용해서 말하기 연습을 해 보세요. Track 147

A Hôm nay trông anh có vẻ buồn.

B Tôi đau bụng từ tối hôm qua.

C Ngày mai em chắc không đi học được.

D Em uống thuốc chưa?

A	mệt	vui	giận
B	đau đầu	bị cảm	bị bệnh
C	đi làm	đi chơi	đi du lịch
D	thuốc ngủ	thuốc vitamin C	thuốc bổ

듣기 남자가 진찰을 받고 있습니다. 다음을 듣고 물음에 답해 보세요. Track 148

1 남자는 언제부터 아팠나요?

A. Hôm qua B. Tối hôm qua C. Chiều hôm qua

2 남자는 어디가 아픈가요?

A. Đầu B. Bụng C Đầu và bụng

3 남자는 무엇만 먹었나요?

A. Cơm B. Cà-phê C. Không ăn gì cả

연습문제

1 빈칸에 알맞은 단어를 쓰세요.

trông / bị / đau / được / đi

A. Anh __________ đau bụng từ tối hôm qua.

B. Chị ấy __________ cô giáo về sớm.

C. Bạn nên đi khám bệnh sớm __________!

D. Hôm nay __________ bạn có vẻ mệt.

E. Tôi __________ đầu quá!

2 다음 빈칸에 들어갈 bị / được 중에 알맞은 단어를 써서 문장을 완성해 보세요.

A. Tôi __________ thầy giáo nghỉ một ngày.

B. Thủy __________ chị Thủy uống nhầm thuốc.

C. Chị Hoa __________ nhiều người đến thăm.

3 다음 단어를 문맥에 맞게 순서대로 써 보세요.

A. anh / có / hôm nay / vẻ / trông / mệt

____.

B. của / thôi / em / nhẹ / bệnh

____.

C. em / đi / xuống / ngồi

____.

독해 및 쓰기

★ **다음을 읽고 해석해 보세요.**

Ông Thanh là giám đốc của một công ty lớn ở Việt Nam. Ông ấy thường thức dậy lúc 5 giờ sáng. Vì ông ấy rất bận nên mỗi ngày phải thức dậy sớm. Sau khi tập thể dục, ông ấy ăn sáng ở nhà. Lúc 6 giờ, ngùói lái xe đến đón ông ấy. Khi đến công ty, ông ấy vừa uống cà phê vừa đọc báo trước sau đó bắt đầu làm việc.

Dạo này có nhiều việc và họp nên ông ấy phải đi công tác nhiều nước khác. Trước khi mở công ty này, ông ấy hay đi du lịch với vợ nhưng dạo này không có thời gian nên không thể đi được.

Mấy ngày trước ông ấy đã kiểm tra sức khỏe mà bác sĩ nói rằng phải nghỉ và giảm cân. Ông ấy cũng muốn như thế nhưng mà có bị căng thẳng nhiều nên không thể nghỉ được.

Ông ấy luôn luôn nói với nhân viên là sức khỏe là quan trọng nhất nên phải ăn uống đầy đủ và nghỉ ngơi. Nhưng nhân viên của ông ấy luôn luôn nói là không thể như vậy được. Vì công việc bận quá.

여러분은 건강 관리를 어떻게 하시나요? Bạn thường làm gì để giữ gìn sức khỏe?

키워드 : ngủ ngon, tập thể dục, ăn uống đầy đủ, kiểm tra sức khỏe, uống thuốc bổ

17

제가 입어 봐도 될까요?

Tôi mặc thử được không ạ?

주요 문법 · thử + được không? (~을 해 봐도 되겠습니까?)

· vừa A vừa B / không những A mà còn B (A뿐만 아니라 B도)

대화 포인트

· Cô muốn mua gì ạ? 어떤 것을 사길 원하십니까?

· Chắc chị mặc L thì rất vừa. 아마 L 사이즈를 입으면 딱 맞을 거예요.

· Em rất vừa ý kiểu này mà mắc quá. 저는 이 디자인이 아주 마음에 드는데 너무 비싸네요.

17 제가 입어 봐도 될까요?

Tôi mặc thử được không ạ?

★ 다음 단어를 듣고 따라 말해 보세요. Track 149

쇼핑 Mua sắm

Đắt	비싸다
Rẻ	싸다
Trả lại	환불하다
Thay đổi	바꾸다, 교체하다
Mặc	입다
Mang	신다
Đeo	끼다(액세서리), 차다(시계)
Đội	쓰다
Tháo / Cởi	벗다, 풀다
Xịt	뿌리다(향수)
Bôi	바르다(크림)
Mua	사다
Bán	팔다
Tiền lẻ	잔돈

예 옷을 입다 mặc quần áo
시계를 차다 đeo đồng hồ
시계를 풀다 tháo đồng hồ
신발을 신다 mang giày dép
모자를 쓰다 đội mũ
반지를 빼다 tháo nhẫn
반지를 끼다 đeo nhẫn
향수를 뿌리다 xịt nước hoa
옷을 벗다 cởi quần áo

확인합시다!

다음 그림에 해당하는 단어를 써 보세요.

답 Giày dép / Nhẫn / Mũ

문법 & 예문

thử + được không? (~을 해 봐도 되겠습니까?)

thử라는 표현은 '시도해 보다'라는 표현이며 그 앞에 동사를 넣어 줌으로써 '(동사)를 시도해 보다' 라고 해석할 수 있다. 그리고 뒤에 의문 형태인 'được không?'을 붙여서 좀 더 공손한 표현으로 물어 볼 수 있다.

Ví dụ ăn thử 먹어 보다 (시식하다) → Tôi ăn thử được không? 시식해 봐도 될까요?
xem thử 보다 → Tôi xem thử được không? 봐도 될까요?
mặc thử 입어 보다 → Tôi mặc thử được không? 입어 봐도 될까요?

vừa A vừa B / không những A mà còn B (A뿐만 아니라 B도)

vừa A vừa B : A와 B 문장을 동시에 표현할 때 사용할 수 있다.

예 Tôi thường vừa ăn cơm vừa xem tivi. 나는 보통 밥을 먹으면서 TV를 본다.
Cô ấy vừa học tiếng Việt vừa học tiếng Anh. 그녀는 베트남어를 공부하면서 영어도 공부한다.

không những A mà còn B : 'A뿐만 아니라 B까지 하다'라는 표현으로 뒷문장을 좀 더 강조할 때 사용한다.

Ví dụ Chị ấy không những mua áo khoác mà còn mua quần jean (nữa).
그녀는 가디건을 샀을 뿐만 아니라 청바지도 샀다.
Cà phê này không những thơm mà còn ngon (nữa).
이 커피는 향기가 좋을 뿐만 아니라 맛있다.

회화 ①

전체듣기 Track 150 따라하기 Track 151

Cửa hàng điện tử(전자상가)

Người bán Chào cô. Cô muốn mua gì ạ?
Cửa hàng điện tử này cái gì cũng có.

Sumi Chào anh. Em muốn mua máy vi tính của hiệu ABC. Trước đây em đã xem quảng cáo trên tivi rồi mà máy vi tính cũng có màu hồng phải không?

Người bán Dạ có chứ ạ. Máy vi tính của hiệu ABC không những kiểu đẹp mà còn chất lượng cũng rất tốt. Cho nên nhiều khách hàng tìm hàng đó.

Sumi Thế à? Nếu mà như vậy thì chắc là mắc lắm phải không?

- quảng cáo 광고
- kiểu 디자인
- chất lượng 품질
- khách hàng 고객, 손님
- tìm 찾다
- hàng 제품, 상품

Người bán 안녕하세요. 어떤 것을 사길 원하십니까?
우리 전자상가에는 무엇이든지 있어요.

Sumi 안녕하세요. 저는 ABC 브랜드 컴퓨터를 사고 싶은데요. 예전에 TV 광고에서 봤는데 컴퓨터도 분홍색이 있나요?

Người bán 네 당연히 있습니다. ABC 브랜드 컴퓨터는 디자인이 예쁠 뿐만 아니라 품질 또한 우수합니다. 그래서 많은 고객님이 그 상품을 찾으세요.

Sumi 그래요? 만약 그렇다면 엄청 비싸겠죠?

- 전자상가에서 파는 물건

máy lạnh	에어컨	máy vi tính	컴퓨터
tủ lạnh	냉장고	máy ảnh	카메라
cái tivi	TV	điện thoại	전화기

- 손님 응대 표현

Anh muốn mua gì ạ? 무엇을 사길 원하세요?
Anh cần gì ạ? 무엇이 필요하세요?
Anh tìm gi ạ? 무엇을 찾으세요?

교체 연습

Anh muốn mua gì ạ? → Em muốn mua máy lạnh .
máy ảnh
điện thoại của hiệu ABC

Cửa hàng quần áo(옷가게)

Mai Chị ơi. Em muốn mặc thử áo sơ mi màu trắng kia và cái váy màu hồng đó có được không?

Người bán Chị mặc size bao nhiêu? Em sẽ lấy cho chị nhé.

Mai Em không biết cỡ của mình mặc thế nào? Chị khuyên cho em được không ạ?

Người bán Chắc chị mặc L thì rất vừa. Nhưng mà áo sơ mi này khoảng năm trăm ngàn đồng đấy. Chị có chịu giá này không?

- lấy cho 가져다 주다
- khuyên 조언하다
- cỡ 사이즈
- vừa 적합하다, 맞다
- chịu 수락하다

Mai 저기요. 저기 있는 분홍색 치마와 하얀색 와이셔츠를 입어 보고 싶은데 가능한가요?

Người bán 사이즈는 몇이세요? 제가 꺼내 드릴게요.

Mai 저는 제가 무슨 사이즈를 입어야 할지 모르겠는데 어떻게 입어야 할까요? 제게 조언해 주실 수 있나요?

Người bán 아마 L 사이즈를 입으면 딱 맞을 거예요. 그런데 이 와이셔츠 가격이 약 50만 동 정도인데 이 가격 괜찮으신가요?

- 베트남 옷 사이즈

S	M	L	XL	2XL
엣시	엠머	엘러	익쓰엘러	하이익쓰엘러

- 사이즈를 물어 보는 표현
  - Chị mặc size bao nhiêu? - Chị mặc size mấy? - Chị mặc thế nào?
- 사이즈에 대하여 대답하는 표현
  - nhỏ(작다) – Cái áo này nhỏ quá. 이 옷은 작아요.
  - chật(끼다) – Tôi thấy chật quá. 제가 느끼기에 좀 끼는 거 같아요
  - vừa(적합하다) – Đẹp quá! Rất vừa rồi. 예쁘네요! 굉장히 잘 맞아요.
  - lớn(크다) – Hơi lớn. 다소 크네요.
- 베트남에서는 가격을 흥정할 때 베트남 상인이 먼저 그 가격에 대해서 동의를 구하고 흥정하는 경우가 많다. 그래서 더 많이 흥정하는 것이 중요하다. 일단 베트남 상인이 '이 가격이 괜찮습니까?'라고 하는 질문 표현은 다음과 같다.
  - Chị có chịu giá này không?
  - Chị có đồng ý giá này không?

회화 연습

이 바지는 다소 작아요.

이 옷은 잘 맞아요.

이 치마는 너무 커요.

회화 ❸

전체듣기 Track 154 따라하기 Track 155

Của hàng giày dép(신발 가게)

Loan Chị ơi. Giày thể thao này bao nhiêu tiền vậy?

Người bán Cái đó hả? Một triệu năm trăm ngàn. Cái đó là hàng mới nên hơi mắc. Nhưng vừa đẹp vừa bền.

Loan Trời ơi. Một triệu rưởi hả? Mắc quá!
Giảm giá đi chị ơi. Em rất vừa ý kiểu này mà mắc quá.

Người bán Trời ơi. Không mắc đâu.
Vốn dĩ không được nhưng tôi sẽ bớt cho một trăm ngàn nhé.

- hàng mới 새 상품
- hơi 다소
- bền 튼튼한
- giảm 감소하다
- vốn dĩ 원래

Loan 저기요. 이 운동화 얼마예요?

Người bán 그거요? 150만 동이에요. 그것은 신상품이라서 다소 비싸요.
그러나 예쁘고 튼튼해요.

Loan 어머. 150만 동이라구요? 너무 비싸네요!
좀 깎아 주세요. 저는 이 디자인이 아주 마음에 드는데 너무 비싸네요.

Người bán 저런, 절대 비싸지 않아요. 원래 안 되는데 10만 동 깎아 드릴게요.

•

신발 종류		베트남 신발 사이즈	한국 신발 사이즈	베트남 신발 사이즈	한국 신발 사이즈
dép lê	슬리퍼	35	225	41	255
đôi giày cao gót	구두	36	230	42	260
giày thể thao	운동화	37	235	43	265
đôi giày trong nhà	실내화	38	240	44	270
giày bốt	부츠	39	245	45	275
		40	250	46	280

• vốn dĩ : '원래'라는 뜻으로 한자로 '본래, 본디'라고 생각하면 된다.

교체 연습

우리 아버지는 식사를 하시면서 신문을 보세요.
그녀는 화장하면서 음악을 들어요. (trang điểm: 화장하기)

말하기/듣기

말하기 **다음 표현을 활용해서 말하기 연습을 해 보세요.** Track 156

Ⓐ Tôi muốn mua một cái áo sơ mi .

Ⓑ Dạ có chứ.

Ⓒ Cái đó hả? Chỉ một trăm ngàn đồng thôi.

Ⓓ Tôi muốn mua quần .

Ⓐ	tủ lạnh	máy lạnh	máy vi tính
Ⓑ	được	hiểu	biết
Ⓒ	năm mươi ngàn	một triệu	mười lăm ngàn
Ⓓ	áo váy	áo sơ mi	áo khoác

듣기 **옷 가게에서 점원과 손님이 이야기하고 있습니다.**
다음을 듣고 물음에 답해 보세요. Track 157

1 손님이 사려고 하는 것은 무엇입니까?

A. 바지 B. 신발 C. 치마

2 손님은 몇 개를 사려고 하나요?

A. Một cái B. Hai cái C. Ba cái

3 총 가격은 얼마인가요?

A. 20만 동 B. 200만 동 C. 250만 동

연습문제

1 다음 명사의 이름을 써 보세요.

A. Qủa này là quả gì?

____

B. Cái này là cái gì?

____

C. Cái này là cái gì?

____

D. Cái này là cái gì?

____

E. Qủa này là quả gì?

____

F. Cái này là cái gì?

____

2 다음 한국어를 참고하여 빈칸을 완성하세요.

Khách hàng: ____________________(이것은 얼마예요?)

Người bán hàng: Cái áo đó hả? Ba trăm hai mươi ngàn đồng.

Khách hàng : Trời ơi mắc quá... ____________________(깎아줄 수 있어요?)

Người bán hàng : Không mắc đâu. Chị muốn bao nhiêu?

Khách hàng: ____________________(20만 동을 원해요.)

3 다음 단어를 문맥에 맞게 정렬해 보세요.

A. giảm / trời / giá / ơi / đi

______________________________________.

B. bao nhiêu / cái / tiền / đó / áo

______________________________________?

C. ăn / vừa / vừa / cơm / sách / đọc

______________________________________.

상황극 만들기

★ **앞의 회화문을 참고하여 주제를 선택한 후, 직접 상인과 손님의 대화문을 만들어 보세요.**

예 Cửa hàng hoa quả 과일 가게, Cửa hàng đôi giày 신발 가게

18

저는 어제 이사했어요

Hôm qua mình mới chuyển nhà rồi

주요 문법 • A thì … còn B thì … (A는 ~이고 B는 ~이다)

대화 포인트

• Căn hộ này bao nhiêu một tháng? 이 집은 한 달에 얼마죠?
• Ồ thích quá nhỉ. 우와. 좋겠다.
• Chuyện đó thì mẹ sẽ nói chuyện với ba con nhé. 그 일은 엄마가 아빠랑 얘기해 볼게.

18 저는 어제 이사했어요.
Hôm qua mình mới chuyển nhà rồi.

★ 다음 단어를 듣고 따라 말해 보세요. Track 158

집 Nhà

Tủ áo	장롱	Nhà vệ sinh / Phòng vệ sinh	화장실
Ghế sofa	소파	Phòng tắm	샤워실
Bàn ăn	식탁	Phòng khách	거실
Giường	침대	Phòng ngủ	침실
Ghế	의자	Nhà bếp	부엌
Tủ sách	책꽂이	Phòng học	공부방
Khung ảnh / Khung hình	액자		
Bàn trang điểm	화장대		
Ngăn kéo	서랍		

형용사 2

Dày	두꺼운	Mỏng	얇은
Rộng	넓은	Hẹp	좁은
Tốt	좋은	Ngon	맛있는
Đắt / Mắc	비싼	Rẻ	싼
Tiện lợi	편리한	Bất tiện	불편한
Hạnh phúc	행복한	Bất hạnh	불행한
Mệt	피곤한	Lâu	오래된
Giàu	부자인	Nghèo	가난한
Sớm	일찍	Muộn / Trễ	늦은
Nhiều	많은	Ít	적은

문법 & 예문

A thì··· còn B thì~

'A는 …이고 B는 ~이다'라는 표현으로 A와 B 문장을 비교할 때 사용하는 표현이다. 이때 còn은 '그리고'에 해당하는 단어이다. 어순은 다음과 같다.

A + thì + 서술어 + còn + B +thì + 서술어

Ví dụ Phòng ăn thì quá hẹp còn phòng tắm thì quá rộng. 식당은 매우 좁은데 욕실은 매우 넓다.
Vợ thì chăm còn chồng thì lười. 아내는 부지런한데 남편은 게으르다.

이 문법을 사용하지 않고 'thì'만 사용하는 경우도 많다.

Ví dụ A : Chị ơi, Cái này bao nhiêu tiền? 아줌마, 이것은 얼마예요?
B : 120,000 đồng. 12만 동입니다.
A : Còn cái đó thì bao nhiêu tiền? 그럼 이것은 얼마예요?
B : Cái đó cũng 120,000 đồng. 그것 역시 12만 동입니다.

다음 회화를 보면 비슷한 표현인 것 같은데, 첫 번째는 'Cái này bao nhiêu tiền?'이라고 하였고, 두 번째 'Còn cái này thì bao nhiêu tiền?'이라고 하며 thì를 덧붙였다. 한국어 해석에서는 동일하게 '이것'이라고 해석할 수 있어 크게 다른 점이 없는 것 같지만 베트남어에서는 thì를 넣음에 따라 thì 앞의 단어와 앞 문장에서 언급된 단어가 차이가 있음을 강조한다.

회화 ①

전체듣기 Track 159 따라하기 Track 160

Sumi Cô ơi, căn hộ này bao nhiêu một tháng?

Chủ nhà Dạ. Mười triệu một tháng. Nhà mới xây nên hơi đắt.
Em sẽ giới thiệu về căn hộ này. Căn hộ này có 5 phòng ngủ, 4 nhà vệ sinh, một nhà bếp và phòng ăn. Khi mở cửa sổ, thấy được phong cảnh gần đây.

Sumi Thế à? Nhà vệ sinh thì hơi chật còn nhà bếp thì hơi rộng nhưng cũng được.
Nhưng đắt quá, giảm một chút được không?

Chủ nhà Nếu giảm giá thì chỉ năm trăm ngàn thôi. Vì nhà mới mà.
Thông cảm giùm em nhé.

- xây 세우다, 건설하다
- giải thích 설명하다
- cửa sổ 창문
- phong cảnh 풍경
- gần đây 근처
- thông cảm 공감, 동감, 이해하다

Sumi 아줌마, 이 집은 한 달에 얼마죠?

Chủ nhà 네, 한 달에 천만 동입니다.
새로 막 지어서 약간 비싸요. 제가 이 집에 대해서 설명해 드릴게요.
이 집은 5개의 침실, 4개의 화장실, 1개의 부엌이 있어요.
창문을 열었을 때, 근처 풍경을 볼 수 있어요.

Sumi 그래요? 화장실은 약간 좁고 부엌은 약간 넓지만 괜찮은 것 같네요.
그런데 정말 비싸네요. 좀 깎아 줄 수 있어요?

Chủ nhà 만약 깎아 드린다고 해도 50만 동밖에 안 돼요. 왜냐하면 새 집이잖아요.
이해 부탁드릴게요.

- căn hộ : 가구(베트남에서는 아파트에 사는 집 하나하나를 따로 칭해서 부른다. 예를 들어 아파트 A동 101호면 Căn hộ số 101라고 표현한다.)
- thông cảm : 이해하다, 동감하다, 공감하다
베트남 사람은 'thông cảm'이라는 단어를 자주 쓴다. 어떠한 일에 대해서 상대방에게 미안하거나, 동조를 구할 때 사용된다.
예 Thông cảm giùm em nhé. 이해 부탁드립니다.

교체 연습

A thì … còn B thì…
여름은 덥고 겨울은 춥다.
그는 파란색을 좋아하고, 그녀는 분홍색을 좋아한다.

회화 ❷

전체듣기 Track 161 따라하기 Track 162

Sumi Hôm qua mình mới chuyển nhà rồi.

Loan Thế à? Bạn chuyển nhà nào? Chung cư hay nhà riêng?

Sumi Mình muốn chuyển nhà riêng mà mẹ không đồng ý.
Mẹ mình thích chung cư vì có người bảo vệ và nhà giữ xe rộng hơn nên gia đình mình chuyển chung cư rồi.
Nhưng sau khi chuyển nhà mình cũng thích lắm.

Loan Ồ thích quá nhỉ. Mình cũng muốn sống ở chung cư mới.

- chuyển nhà 이사하다
- nhà riêng 개인집
- đồng ý 동의하다
- chung cư 아파트
- giữ xe 주차장
- người bảo vệ 경비원

Sumi 어제 나는 이사했어.

Loan 그래? 어느 집으로 이사했어? 아파트 아니면 개인 주택?

Sumi 나는 개인 주택에 살고 싶은데 어머니가 동의하지 않으셨어. 경비원도 있고 주차장도 더 넓어서 우리 어머니는 아파트가 더 좋으시대. 그래서 우리 가족은 아파트로 이사했어.
그런데 이사하고 보니 나도 좋은 것 같아.

Loan 우와, 좋겠다. 나도 아파트에서 살고 싶어.

- 베트남의 집 종류
  베트남에도 여러 가지 집 종류가 있다. 베트남에서는 집의 크기나 종류에 따라서 다음과 같이 분류한다.

Tòa nhà : 빌딩, 건물	Chung cư : 아파트
Ngôi nhà : 단독 주택	Căn nhà : 연립 주택

- …nhỉ : 문미에 붙는 표현이며 상대방의 동조를 구할 때나 독백할 때 사용한다.
  예 A : Chị ấy đẹp quá nhỉ. 그녀는 너무 예쁘네.
  B : Ừ đúng rồi. 응 맞아.

회화 연습

…nhỉ

이 집은 매우 예쁘네.

여기 주차장은 매우 넓구나.

정말 좋겠구나!

회화 ③

전체듣기 Track 163 따라하기 Track 164

Sumi Mẹ ơi con muốn đổi phòng với anh trai. Sao phòng của anh trai rộng hơn phòng của con?

Mẹ sumi Trời ơi. Con là em gái mà phải nhường cho anh trai chứ. Phòng của con cũng đẹp mà.

Sumi Thế thì mẹ ơi. Con cần bàn trang điểm. Mẹ mua giùm con được không? Con cũng lớn rồi mà chưa có bàn trang điểm.

Mẹ sumi Chuyện đó thì mẹ sẽ nói chuyện với ba con nhé.

- đổi 교환하다, 바꾸다
- nhường 양보하다
- giùm 돕다
- lớn lên 자라다
- chuyện 일
- nói chuyện 이야기하다

Sumi 엄마, 오빠와 방을 바꾸고 싶어요. 왜 오빠 방이 제 방보다 더 넓죠?

Mẹ sumi 저런. 너는 동생이니까 오빠한테 양보해야지. 네 방 역시 예쁘단다.

Sumi 그러면 엄마, 저는 화장대가 필요해요. 사 주실 수 있으세요? 저도 이제 어른인데 아직 화장대가 없잖아요.

Mẹ sumi 그 일은 엄마가 아빠와 얘기해 볼게.

- đổi phòng : đổi는 '교체하다, 바꾸다'의 의미이며 đổi 뒤에 명사를 넣어서 응용할 수 있다.
  Đổi tiền : 환전하다
- A + 시제(과거, 미래) + nói chuyện với + B : Nói chuyện은 '이야기하다'라는 의미이다. 'A가 B와 대화를 나누었다, 대화를 나눌 것이다, 대화를 나누고 싶다' 등 다양하게 활용할 수 있다.
  예 Tôi đã nói chuyện với cô ấy rồi. 나는 그녀와 이야기를 했다.
  Tôi sẽ nói chuyện với cô ấy. 나는 그녀와 이야기할 것이다.
  Tôi muốn nói chuyện với cô ấy. 나는 그녀와 이야기하고 싶다.

회화 연습

나 는 어머니 와 이야기를 할 것이다.
그 그녀

그녀 친구 와 이야기를 했다.
오빠 어머니

말하기/듣기

말하기 다음 표현을 활용해서 말하기 연습을 해 보세요. Track 165

Ⓐ Căn hộ này bao nhiêu một tháng?

Ⓑ Ồ thích quá nhỉ.

Ⓒ Nhà vệ sinh thì hơi chật còn nhà bếp thì hơi rộng

Ⓐ Chung cư	Ngôi nhà	Căn nhà
Ⓑ đẹp	tốt	dễ thương
Ⓒ Phòng này, phòng kia	Phòng khách, phòng vệ sinh	
Phòng ngủ, phòng học		

듣기 집주인과 여자(Mai)의 대화 내용을 듣고 다음 질문에 답하세요. Track 166

1. Nhà này xây bao lâu rồi?

   A. Một tuần B. Một tháng C. Một năm

2. Mai thấy nhà này thế nào?

   A. Vừa sạch sẽ vừa tốt B. Vừa bẩn vừa không tốt C. Vừa đẹp vừa tốt

3. Một tháng phải trả bao nhiêu?

   A. Ba triệu B. Bốn triệu C. Năm triệu

연습문제

1 다음 문장을 문맥에 맞게 순서대로 배열하세요.

A. Đắt quá mà giảm một chút được không?

B. Dạ không được. Thông cảm giùm em nhé.

C. Căn hộ này bao nhiêu một tháng?

D. Dạ, mười triệu một tháng.

__________ - __________ - __________ - __________

2 빈칸에 알맞은 단어를 넣으세요.

nhà vệ sinh /chuyển nhà / thích / thông cảm / nhà bếp

A. Ồ ______ quá nhỉ.

B. ______ giùm em nhé.

C. Hôm qua mình mới ______ rồi.

D. ______ thì hơi chật còn ______ thì hơi rộng mà cũng được.

3 다음 단어를 문맥에 맞게 정렬해 보세요.

A. cô ấy / nói chuyện / với / sẽ / tôi

____________________________________.

B. một / bao nhiêu / vậy / tháng

____________________________________?

C. hay / nhà riêng / chung cư

____________________________________?

독해 및 쓰기

★ **다음을 읽고 해석해 보세요.**

Nhà tôi ở Thành Phố Seoul.
Tôi đang sống ở một chung cư. Chung cư đó mới xây nên vừa sạch sẽ vừa rộng.
Nhà tôi có tất cả 3 phòng ngủ, 1 nhà bếp và 2 nhà vệ sinh.
Phòng khách thì hơi chật nhưng đẹp và rất thoải mái.
Còn phòng của bố mẹ thì rất rộng. Ngoài ra, trong phòng có một nhà vệ sinh nhỏ nên rất tiện lợi.
Phòng của em gái tôi thì rất dễ thương nên em gái rất thích phòng đó.
Cuối cùng phòng của tôi thì không rộng và không chật.

본인의 집에 대하여 간단하게 소개해 보세요.

19

호찌민에 가 본 적 있어요?

Anh đã đi Thành Phố Hồ Chí Minh bao giờ chưa?

주요 문법 · đã … bao giờ chưa? (~해 본 적 있어요?)

대화 포인트

- Tuần sau mình định đi Thành Phố Hồ Chí Minh. 다음 주에 나는 호찌민에 가기로 했어.
- Thành Phố Hồ Chí Minh đang càng ngày càng phát triển.
  그래서 호찌민은 날이 가면 갈수록 발전하고 있어요.
- Bạn chuẩn bị xong chưa? 준비 다 했니?

19 호찌민에 가본 적 있어요?

Anh đã đi Thành Phố Hồ Chí Minh bao giờ chưa?

★ 다음 단어를 듣고 따라 말해 보세요. Track 167

여행 Du lịch

Đi du lịch	여행 가다	Du lịch ba lô	배낭 여행
Đặt khách sạn	호텔 예약	Du lịch tự do	자유 여행
Đặt nhà hàng	식당 예약	Cắm trại	캠핑
Du lịch thế giới	세계 여행	Thông dịch viên	통역원
Du lịch quốc nội / Du lịch trong nước	국내 여행	Hướng dẫn viên	가이드

형용사 3

Nặng	무거운	Nhẹ	가벼운
Nóng	더운	Lạnh	추운
Nhanh	빠른	Chậm	느린
Tức giận	화난	Vui	기쁜
Sợ	무서운	Ngại	두려운
Lo lắng	걱정된	Nhớ	그리운
Buồn	슬픈	Tiếc	후회되는

확인합시다!

빈칸에 알맞은 말을 쓰세요.

* Nhanh ↔ (   )   * Nhẹ ↔ (   )   * Lạnh ↔ (   )

답 Chậm / Nặng / Nóng

문법 & 예문

đã... bao giờ chưa?(경험)

'~해 본 적 있어요?'라는 표현이다. 기존에 학습했던 'đã⋯chưa?'는 경험보다는 과거 형태의 의문형이며, '언제'를 의미하는 단어 'bao giờ'가 들어가면 '~해 본 적 있습니까?'라는 표현으로 경험을 묻는 표현이 된다.

그렇다면, 'đã⋯chưa'와 'đã⋯bao giờ chưa'가 어떻게 다른지 예문을 통해서 알아보자.

Đã…chưa? ~했니?

Đã…bao giờ chưa? ~해 본 적이 있니?

Anh đã ăn cơm chưa? 밥을 먹었습니까?

Anh đã ăn món ăn này bao giờ chưa? 당신은 이 음식을 먹어 본 적이 있습니까?

Anh đã làm xong chưa? 당신은 일을 끝마쳤습니까?

Anh đã làm việc ở Việt Nam bao giờ chưa? 당신은 베트남에서 일해 본 적이 있습니까?

이번에는 'đã⋯bao giờ chưa'로 묻는 표현에 어떻게 대답을 하는지 예문을 통해 알아보자.

1) A: Anh đã đi Việt Nam bao giờ chưa? 당신은 베트남에 가 본 적 있어요?
   B(긍정): Rồi. Tôi đã đi Việt Nam rồi. 네, 나는 베트남에 가 봤어요.
   B(부정): Chưa. Tôi chưa bao giờ đi Việt Nam. 아직이요. 나는 베트남에 아직 가 보지 못했어요.
2) A: Anh đã gặp chị ấy bao giờ chưa? 당신은 그녀를 만나 본 적 있어요?
   B(긍정) : Rồi. Tôi đã gặp chị ấy rồi. 네, 나는 그녀를 만나 봤어요.
   B(부정) : Chưa. Tôi chưa bao giờ gặp chị ấy. 아직이요. 나는 그녀를 만나 본 적 없어요.

Tip
- chưa bao giờ : 결코 ~가 아니다
  → 'đã... bao giờ chưa?'의 부정 표현이 'không bao giờ'가 아니라 'chưa bao giờ'이라는 것을 주의해야 한다.
- không bao giờ : 여태까지 일어나지 않았고 앞으로도 일어나지 않을 상황
- chưa bao giờ : 여태까지 일어나지 않았지만 앞으로 일어날 수 있는 가능성이 있는 상황

회화 ①

전체듣기 Track 168 따라하기 Track 169

Sumi Tuần sau mình định đi Thành Phố Hồ Chí Minh.
Vì ba mình phải đi công tác ở đó.
Thanh đã đi Thành Phố Hồ Chí Minh bao giờ chưa?

Thanh Ủa? ba cậu thì phải đi công tác còn cậu đi Thành Phố Hồ Chí Minh để làm gì vậy?

Sumi Tớ đến Việt Nam khoảng 2 năm rồi mà chưa bao giờ đi du lịch trong nước nên mình định theo ba.

Thanh Thế à? Sumi không biết à?
Quê của mình là Thành Phố Hồ Chí Minh. Nếu cậu đến Thành Phố Hồ Chí Minh, có thể mình giới thiệu một số người quen của mình.

- định 결정하다
- công tác 출장
- ủa 놀랐을 때 사용하는 감탄사
- theo …을 따라가다
- quê 고향
- một số 몇몇의
- người quen 지인

Sumi 다음 주에 나는 호찌민에 가기로 했어.
왜냐하면 우리 아버지가 그곳으로 출장 가시거든.
너는 호찌민에 가 본 적이 있니?

Thanh 응? 너희 아버지는 출장 간다고 하지만 너는 무엇 때문에 호찌민에 가는 거야?

Sumi 나는 베트남에 온 지 2년 정도 되었는데 아직 베트남 국내 여행을 못 해 봤어. 그래서 아버지를 따라가기로 결정했어.

Thanh 그래? 수미야 너 몰랐어?
내 고향이 호찌민이야. 만약에 네가 호찌민에 간다면 내가 몇몇 지인을 소개해 줄게.

- Thành Phố Hồ Chí Minh : Thành phố는 명사로 '시, 도시'라는 의미이다. 때때로 생략도 가능하지만 Hồ Chí Minh 지역 앞에는 반드시 붙여야 한다. Hồ Chí Minh은 베트남의 남과 북을 통일시킨 영웅 같은 존재로 이 사람을 기리기 위하여 도시의 명칭을 바꾸었는데 그곳이 바로 지금 현재 베트남 남부 지역 중심인 Thành phố Hồ Chí Minh이며 옛 이름은 Sài Gòn이다. 베트남의 영웅 호찌민과 남부 지역의 호찌민을 구분하기 위해서 지역 이름 앞에는 반드시 Thành phố를 붙여서 부른다.
- định : '결정하다'의 의미로서 미래 형태와 의지를 동시에 같이 쓸 수 있는 표현이다.
  예 Tôi định học tiếng Việt. 나는 베트남어를 공부하기로 결정했다.

교체 연습

나는 내년에 베트남 호찌민에 가기로 결정했다.
그녀는 회사를 그만두기로 (퇴직: nghỉ việc)
그는 내년에 귀국하기로

회화 ❷

전체듣기 Track 170 따라하기 Track 171

Sumi Ba ơi. Hôm nay con đã nói chuyện với bạn Thanh rồi. Quê của bạn ấy là Thành Phố Hồ Chí Minh nên Thanh đã cung cấp nhiều thông tin cho con rồi.

Ba Sumi Thế à? Tốt quá nhỉ. Bạn của con đã nói thế nào rồi?

Sumi Bạn ấy nói là Thành Phố Hồ Chí Minh là một đô thị lớn trung tâm văn hóa kinh tế. Hiện nay Việt Nam và những nước khác đang giao lưu. Nên Thành Phố Hồ Chí Minh đang càng ngày càng phát triển.

Ba Sumi Ồ thông minh quá nhỉ.

- quê 고향
- giải thích 설명하다
- về ~에 대해서
- thông tin 통신, 정보
- đô thị 도시
- trung tâm 중심
- văn hóa 문화
- kinh tế 경제
- khác 다른
- giao lưu 교류하다
- phát triển 발전하다
- thông minh 총명한, 똑똑한

Sumi 아버지. 오늘 저는 탄이랑 이야기를 했어요. 탄의 고향은 호찌민이래요. 그래서 많은 정보를 저에게 알려 줬어요.

Ba Sumi 그래? 잘됐구나. 너의 친구는 호찌민에 대해 뭐라고 하니?

Sumi 호찌민은 하나의 큰 경제 문화 중심 도시래요. 현재 베트남은 다른 여러 나라와 교류를 하고 있어요. 그래서 호찌민은 날이 가면 갈수록 발전하고 있어요.

Ba Sumi 정말 똑똑하구나.

- 고향이 어딘지 묻고 답하는 표현
  Quê anh ở đâu? 당신의 고향이 어디입니까?
  Quê tôi ở Thành Phố Hồ Chí Minh. 나의 고향은 호찌민입니다.
- 베트남의 수도(thủ đô của Việt Nam)는 Thành Phố Hà Nội이며, 베트남의 경제 도시(đô thị kinh tế của Việt Nam)는 Thành Phố Hồ Chí Minh이다. 하노이는 한국의 서울이며, 호찌민은 한국의 부산이라고 생각할 수 있다.
- càng~ càng… : ~하면 할수록
  예 Việt Nam càng ngày càng phát triển. 베트남은 날이 가면 갈수록 발전한다.
  Cô ấy càng nhìn càng đẹp. 그녀는 보면 볼수록 예쁘다.
  Phở Việt Nam càng ăn càng ngon. 베트남 쌀국수는 먹으면 먹을수록 맛있다.

교체 연습

베트남어 공부는 하면 할수록 어렵다.
이 영화는 보면 볼 재밌다
그녀는 만나면 만날 새롭다

회화 ③

전체듣기 Track 172 따라하기 Track 173

Thanh Alô. Sumi ơi. Mình đây. Bạn chuẩn bị xong chưa?

Sumi Chào Thanh. Tôi đang chuẩn bị đấy.
Chỉ một tuần thôi mà mình muốn tham quan những khu vực của Thành Phố Hồ Chí Minh. Mình căng thẳng và rất hồi hộp.

Thanh Bình tĩnh đi bạn à.
Bạn chắc là không cần hướng dẫn viên chứ. Bạn nói tiếng Việt tốt quá rồi mà.

Sumi Trời ơi, đâu có giỏi. Không phải đâu bạn ơi.
Nếu Bạn có người quen thì giới thiệu cho mình đi. Số điện thoại của người đó thế nào?

- chuẩn bị 준비하다
- xong 끝나다
- tham quan 관광하다
- khu vực 구역
- căng thẳng 긴장되다
- hồi hộp 두근거리다, 떨리다
- bình tĩnh 침착한
- hướng dẫn viên 가이드
- giỏi 잘하는
- giới thiệu 소개하다

Thanh 여보세요. 수미야, 나야. 준비 다 했니?

Sumi 안녕, 탄. 나는 지금 준비 중이야.
일주일 정도뿐이지만 나는 호찌민의 여러 구역을 관광하고 싶어.
나는 매우 긴장되고 두근거려.

Thnah 진정해 친구야.
너는 아마 가이드는 필요 없겠지. 이제 베트남어 잘하잖아.

Sumi 헉, 잘하긴 뭘 잘해. 절대 아니야.
만약에 지인을 알고 있으면 소개해 줘. 그 사람 전화번호가 어떻게 되니?

- 동사 + xong : '~을 끝내다'라는 표현이며, 의문 형태와 대답 형태로 자유롭게 사용할 수 있다.

  예 Anh làm việc xong chưa? 일을 끝냈습니까?
  [긍정] Tôi làm việc xong rồi. 저는 일을 끝냈습니다.
  [부정] Tôi chưa làm việc xong. 저는 아직 일을 못 끝냈습니다.

- đâu có / không + 동사 or 형용사 + đâu : 절대 부정 형태

  다음과 같은 형태는 '절대 ~이 아니다'라는 표현으로 동사나 형용사를 완강하게 부인할 때 사용하는 표현이다.

  예 Đâu có biết 절대 알지 못해. (어떻게 알겠어)
  Không biết đâu 절대 알지 못해. (정말 몰라)

교체 연습

Anh tham quan chưa?
viết

말하기/듣기

말하기 다음 표현을 활용해서 말하기 연습을 해 보세요. Track 174

A Anh đã đi Hà Nội bao giờ chưa?

B Tôi chưa bao giờ đi Thành phố Hồ Chí Minh.

C Rồi, tôi đã đi Hà Nội nhiều lần.

D Anh thấy Thành Phố Hồ Chí Minh thế nào?

A	Thành Phố Hồ Chí Minh	Huế	Đà Lạt
B	Vũng Tàu	Nha Trang	Hội An
C	hai	một	ba
D	Chị	Bạn	Ông

듣기 두 사람이 호찌민에 대해 이야기하고 있습니다.
다음을 듣고 물음에 답해 보세요. Track 175

1 남자는 호찌민에 몇 번 가 보았나요?

A. Một lần B. Hai lần C. Nhiều lần

2 현재 호찌민는 어떤가요?

A. Rất lạnh. B. Rất nóng C. Trời mưa

3 현재 호찌민의 계절은 어떤가요?

A. Mùa mưa B. Mùa khô C. Không biết

연습문제

1 빈칸에 알맞은 단어를 쓰세요.

lần / nếu / nghe nói / chưa / bao giờ

A. ________ bạn đi Thành phố Hồ Chí Minh thì tôi sẽ giới thiệu một người quen.

B. Chị đã đi Hà Nội bao giờ ________?

C. ________ Hà Nội có nhiều hồ đẹp.

D. Tôi chưa ________ đi Thành phố Hồ Chí Minh.

E. Tôi đã đi Thành phố Hồ Chí Minh nhiều ________.

2 다음 단어를 문맥에 맞게 순서대로 쓰세요.

A. bao giờ / đã / Đà Lạt / bạn / đi / chưa

____?

B. nhỉ / thông minh / em / quá

____.

C. tôi / bao giờ / đi / Thành phố Hồ Chí Minh / chưa

____.

3 다음 질문에 대한 자신의 대답을 쓰세요.

A. Bạn đã đi du lịch ở Việt Nam bao giờ chưa?

____.

B. Bạn thấy Việt Nam thế nào?

____.

C. [Nếu chưa bao giờ đi Việt Nam] Nếu bạn đi du lịch ở Việt Nam thì bạn muốn đi thành phố nào ?

____.

독해 및 쓰기

★ **앞에서 다룬 내용과 다음 단어를 참고하여 하노이를 소개하는 글을 작성해 보세요.**

키워드 : 수도 thủ đô 발전하다 phát triển 건물 tòa nhà 투자하다 đầu tư
외국인 người nước ngoài 관광객 du khách 관심 quan tâm 문화 văn hoá
정치 chính trị 경제 kinh tế 중심 trung tâm

20

베트남 쌀국수는 정말 맛있네요

Phở Việt Nam ngon quá

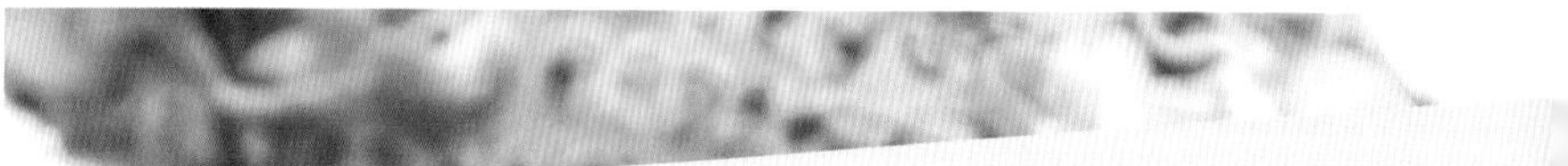

주요 문법 · nào cũng (어느 것이든)

대화 포인트

- Tối nay chúng ta đi nhậu nhé. 오늘 저녁에 우리 회식하러 가자.
- Tối nay công ty của tôi có tiệc nên tôi muốn đặt bàn trước.
  오늘 저녁에 저희 회사에서 회식이 있어서 미리 예약하고 싶은데요.
- Ở đây món ăn nào ngon nhất? 여기 무엇이 가장 맛있나요?

20 베트남 쌀국수는 정말 맛있네요.

Phở Việt Nam ngon quá.

★ **다음 단어를 듣고 따라 말해 보세요.** Track 176

식당 Nhà hàng

베트남의 음식 Món ăn của Việt Nam

bánh xèo 반쎄오

우리나라의 부침개 같은 음식으로 쌀가루 반죽을 둥글게 부쳐서 채소나 해산물을 넣고 만든 음식

cơm chiên hải sản (남)
cơm rang hải sản (북) 볶음밥

고수와 파인애플을 함께 넣어 만든 것인데 베트남 식당에서 쉽게 접할 수 있는 음식

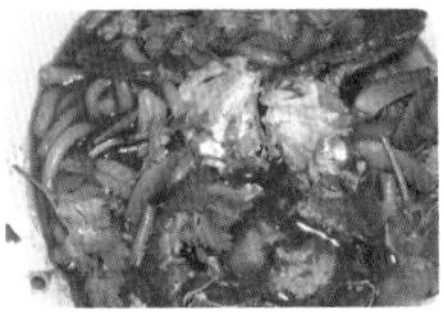

bánh canh 반깐

쌀과 타피오카로 면을 만들고, 국물은 돼지고기나 게살로 우려 낸 베트남 중부와 남부에서 많이 먹는 국수 요리

lẩu hải sản 해물탕, 전골

새우, 조개, 게 등을 각종 채소와 함께 끓여 먹는 전골 요리

bánh mì 반미

베트남식 바게트에 채소나 고기, 햄 등을 넣어 만든 샌드위치로 '세계 길거리 음식 베스트 10(Lonely Planet)'에 뽑히기도 함

bánh tết 반뗏

찹쌀밥으로 만든 네모난 덩어리 안에 돼지고기와 녹두를 넣고 이것을 바나나잎으로 싸서 만드는 베트남의 설날 음식

문법 & 예문

nào cũng

'어느 것이든'이라고 해석할 수 있다.

[구성]

1) 주어 + nào cũng + 서술어

Người Hàn Quốc nào cũng hiền.

한국 사람은 누구든 착하다.

Cái nào cũng được.

어느 것이든 괜찮다.

2) 시간 + nào + 주어 + cũng + 서술어

Ngày nào cô ấy cũng đi làm.

매일마다 그녀는 일하러 간다.

Tối nào tôi cũng uống rượu.

매일 밤마다 나는 술을 마신다.

맛을 표현하는 단어

Ngon 맛있다	Mặn 짜다	Cay 맵다	Đậm 진하다
Đắng 쓰다	Nhạt 싱겁다	Chua 시다	Ngọt 달다

회화 1

전체듣기 Track 177 따라하기 Track 178

Giám đốc Chương trình này rất thành công.
Nhiều công ty khác đã khen. Tôi vui quá.
Tối nay chúng ta đi nhậu nhé.

Duy Thế à? Sếp ơi. Sếp muốn ăn gì vậy? Em sẽ đặt bàn trước.

Giám đốc Tôi cái nào cũng được chứ. Các em muốn ăn gì?

Duy Thế thì 'nhà hàng ngon' thế nào ạ?
Công ty của chúng ta có nhiều nhân viên người nước ngoài nên chắc là giới thiệu về món ăn Việt Nam cũng tốt mà.

- chương trình 프로그램
- thành công 성공
- khen 칭찬하다
- đi nhậu 술 마시러 가다 (회식하다)
- sếp 사장님
- đặt bàn 식당 예약
- nhà hàng ngon 실제 베트남에 있는 체인점(베트남의 여러 가지 음식을 맛볼 수 있다)
- người nước ngoài 외국인

Giám đốc 이번 프로그램은 굉장히 성공적이었어.
많은 다른 회사가 다 칭찬하더라. 나는 기분이 너무 좋네.
오늘 저녁에 우리 회식하러 가자.

Duy 정말요? 사장님, 뭐 드시고 싶으세요? 제가 미리 예약할게요.

Giám đốc 나는 어떤 것이든 괜찮지. 다들 뭐 먹고 싶어?

Duy 그러면 '맛있는 식당' 어떠세요?
우리 회사는 많은 외국인 직원이 있으니 아마 베트남 음식을 소개해도 괜찮을 것 같은데요.

- đi nhậu / đi uống bia : 베트남에서는 '회식 가다'라는 표현을 '술 마시러 간다'라고 표현한다. 우리나라 표현으로 '한잔 하러 간다'라는 표현으로 해석할 수 있다.
- giám đốc / sếp : 둘 다 같은 표현으로 '사장님(보스)'으로 해석한다.
- nhà hàng ngon / quán ăn ngon : 베트남 현지의 실제 식당으로 체인점 식당이다. 베트남 현지 음식을 맛볼 수 있다.

회화 연습

오늘 오후에 한잔 하러 갈까요?
주말 저녁에 시간 있어요? 우리 함께 맥주 한잔해요.
사장님께서 오늘 회식하자고 하셨어.

회화 ❷

전체듣기 Track 179 따라하기 Track 180

Duy　Alô, đó là 'nhà hàng ngon' phải không ạ?

Người phục vụ　Dạ vâng ạ. Anh cần gì ạ?

Duy　À, tối nay công ty của tôi có tiệc nên tôi muốn đặt bàn trước. Tất cả 12 người và khoảng 7 giờ tối chúng tôi sẽ đến đó có được không?

Người phục vụ　Dạ được chứ ạ. Em sẽ chuẩn bị. Nhưng anh tên gì?

- người phục vụ 종업원
- tiệc 회식
- tối nay 오늘 저녁
- trước 우선, 미리
- chuẩn bị 준비하다
- nhưng 그러나

Duy　여보세요, 거기가 '맛있는 식당' 맞죠?

Người phục vụ　네, 맞습니다. 무엇이 필요하신가요?

Duy　아, 오늘 저녁에 저희 회사에서 회식이 있어서 미리 예약하고 싶은데요. 총 12명이고 우리는 대략 저녁 7시쯤 그곳에 도착할 예정인데 가능한가요?

Người phục vụ　네 가능합니다. 준비해 놓겠습니다. 그런데 성함이 어떻게 되시죠?

- 전화로 식당 예약할 때 팁 : 베트남 사람과 전화로 이야기를 한다는 것은 쉽지 않은 일이다. 그러나 식당 예약이나 호텔 예약처럼 꼭 필요한 상황이 생긴다면, 본인이 필요한 단어를 미리 적어 놓은 후, 예약하면 된다.

예 오늘 저녁 7시 / 총 10명 / 음식은 가서 주문할게요.
(7 giờ tối nay / tất cả 10 người / Khi tôi đến nhà hàng, tôi sẽ gọi món ăn)

예 내일 점심 12시 / 총 3명 / 반쎄오 3접시, 해산물탕 1개
(12 giờ trưa mai / tất cả 3 người / 3 dĩa bánh xèo / 1 lẩu hải sản)

회화 연습

전화로 주문하기

이번 주말 10시 / 총 5명 / 쌀국수 다섯 그릇 준비해 주세요.
내일 저녁 6시 / 총 30 명/ 음식은 가서 주문할게요.
내일 점심 1시 / 총 15명 / 맥주를 많이 준비해 주세요.

회화 ❸

전체듣기 Track 181 따라하기 Track 182

Người phục vụ Chào các anh chị. Các anh chị muốn ăn gì vậy?

Duy Cho tôi thực đơn. Ở đây món ăn nào ngon nhất?

Người phục vụ Nhà hàng chúng tôi món ăn nào cũng ngon lắm ạ. Hôm nay hải sản tươi lắm ngoài ra, bia SÀI GÒN cũng mới nhập rồi ạ.

Duy Thế à? Cho mình 5 tô phở bò, 3 đĩa bánh xèo, 2 đĩa tôm nướng, 3 cơm chiên hải sản và 3 lẩu hải sản nhé. À, hôm nay có nhiều người nước ngoài nên đừng cho rau thơm vào nhé.

Người phục vụ Dạ vâng ạ. Còn đồ uống thì thế nào?

Duy 10 lon bia SÀI GÒN và 10 chai bia Hà Nội nhé.

- thực đơn 메뉴
- hải sản 해산물
- bia 맥주
- vào 들어오다
- gọi 주문하다
- đừng ~하지 마
- rau thơm 냄새 나는 풀(고수)

Người phục vụ 안녕하세요, 여러분. 무엇을 드시겠습니까?

Duy 메뉴판 좀 주세요. 여기 무엇이 가장 맛있나요?

Người phục vụ 저희 식당은 어떤 음식이든 다 맛있어요. 오늘 해산물이 굉장히 신선해요. 그뿐 아니라 사이공 맥주도 오늘 막 들어왔어요.

Duy 그래요? 소고기 쌀국수 5그릇(사발), 반쎄오 3접시, 구운 새우 2접시, 해산물 볶음밥과 해산물탕 3개 주세요. 아, 그리고 오늘은 외국인이 많으니 고수는 빼 주세요.

Người phục vụ 네, 그럼 음료는 어떻게 하시겠어요?

Duy 사이공 맥주 10캔과 하노이 맥주 10병 주세요.

- Cho tôi thực đơn : '~을 주세요'라는 표현은 'cho tôi'를 사용하며 그 뒤에 명사를 붙이면 된다.

  예 Cho tôi thực đơn(Menu) 메뉴 좀 주세요. Cho tôi đôi đũa. 젓가락 주세요.
  Cho tôi 2 thìa. 숟가락 2개 주세요. Cho tôi 1 ly nước đá. 얼음물 한 잔 주세요.

- đổi : '바꾸다'라는 표현은 đổi 라는 표현을 사용한다.

  예 Đổi thìa này. 이 숟가락 좀 바꿔 주세요.
  (북) Cốc này bẩn quá. Đổi cốc này. 이 컵이 매우 더럽네요. 바꿔 주세요.
  (남) Ly này dơ quá. Đổi ly này. 이 컵이 매우 더럽네요. 바꿔 주세요.

교체 연습

맥주 5캔 주세요.
그릇

컵 좀 바꿔 주세요.
젓가락

말하기/듣기

말하기 다음 표현을 활용해서 말하기 연습을 해 보세요. Track 183

A Cho tôi thìa.

B Các anh chị uống gì?

C Cho chúng tôi một phở bò.

D Đừng cho rau thơm vào.

A	ly	chén	đôi đũa
B	Ông	Anh	Em
C	bánh mì	bánh canh	bánh xèo
D	ớt	ngò	tỏi

듣기 식당에서 주문을 하고 있습니다. 다음을 듣고 물음에 답해 보세요. Track 184

1 오늘 종업원이 추천한 맛있는 음식은 무엇인가요?

A. Phở bò B. Phở hải sản C Phở gà

2 여자가 시킨 것으로 알맞은 것은?

A. Phở bò B. Phở hải sản C. Phở gà

3 여자는 무엇을 마시려고 하나요?

A. Nước lạnh B. Nước nóng C. Nước ngọt

연습문제

1 다음 사진을 보고 음식의 이름을 써 보세요.

A. 

____

B. 

____

C. 

____

D. 

____

E. 

____

F. 

____

2 다음 단어를 문맥에 맞게 순서대로 쓰세요.

A. muốn / tôi / bàn / đặt

______________________________.

B. anh / gì / uống / muốn

______________________________?

C. thực đơn / tôi / cho

______________________________!

3 다음 질문에 대한 자신의 대답을 쓰세요.

A. Nếu bạn đi nhà hàng Việt Nam thì bạn muốn ăn gì?

______________________________.

B. Bạn đã ăn món ăn Việt Nam bao giờ chưa?

______________________________.

C. Bạn thấy món ăn Việt Nam thế nào?

______________________________.

독해 및 쓰기

★ **다음 메뉴를 보고 음식과 음료를 시켜 보세요.**

Thực đơn ăn sáng

① 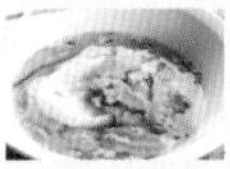 Phở 쌀국수

②  Bánh mì trứng ốp la
계란후라이 토스트

③  Gỏi cuốn 월남쌈

④  Cháo gà 닭죽

⑤  Xôi mặn 찹쌀소금밥

Thực đơn ăn trưa và ăn tối

①  Cá chiên 생선 튀김

②  Trứng chiên 계란말이(지단)

③ 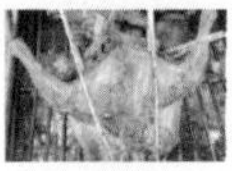 Gà nướng 훈제 닭

④  Thịt kho 장조림

⑤ 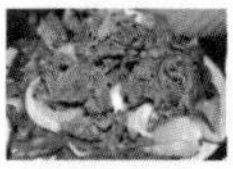 Rau xào thịt bò
소고기 채소 볶음

⑥  Canh chua cá
토마토가 들어간 생선 국

Thực uống

① Sữa 우유
② Cà-phê , cà-phê sữa 커피, 밀크커피
③ Nước chanh 라임에이드
④ Nước cam 오렌지 주스
⑤ Kem 아이스크림
⑥ Bia 맥주
⑦ Rượu 술

대화를 만들어 가며 연습하면 더 쉬워요!

Người phục vụ:
Khách hàng:
Người phục vụ:
Khách hàng:
Người phục vụ :
Khách hàng :
Người phục vụ:
Khách hàng:

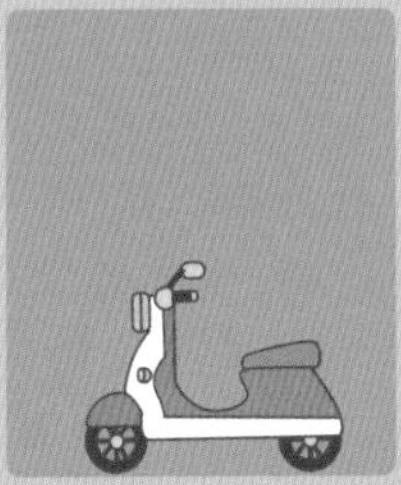

부록

- 정답 및 해석
- 주제별 질문 Q&A
- 상황별 회화 익히기

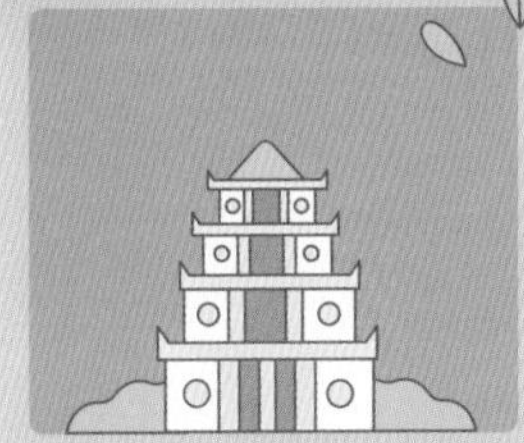

정답 및 해석

1과

[듣기] 스크립트 및 정답

Duy: Chào chị. Chị tên là gì?
Mai: Chào anh. Tôi tên là Mai. Còn anh? Anh tên là gì?
Duy: Tôi tên là Duy. Rất vui được gặp chị.
Mai: Tôi cũng rất vui được gặp anh.

1. C　　2. B

[연습문제] 정답

1. A:Chào anh (em)
   B:Chào chị (em)
2. A. khỏe
   B. Cảm ơn, Còn
   C. cũng
   D. gì
   E. tên
3. A. Tôi tên là Mai.
   B. Anh có khỏe không?
   C. Rất vui được gặp cô.

[독해 및 쓰기]

해석

마이: 안녕하세요. 실례지만 당신의 이름이 무엇인가요?
주이: 안녕하세요. 제 이름은 주이입니다. 당신은요?
마이: 제 이름은 마이입니다. 잘 지내셨어요?(건강하십니까?)
주이: 저는 건강합니다. 만나서 매우 반갑습니다.

2과

[듣기] 스크립트 및 정답

Mai : Xin lỗi. Anh là người nước nào?
Duy: Tôi là người Mỹ.
Còn chị là người Hàn Quốc phải không?
Mai: Dạ vâng. Tôi là người Hàn Quốc.
Anh nói được tiếng Pháp không?
Duy: Dạ không. Tôi không nói được tiếng Pháp.

1. A　　2. B　　3. B

[연습문제] 정답

1. người Nhật Bản / tiếng Nhật
2. A. nước
   B. Úc
   C. phải không
   D. được
   E. không
3. A. Nam là người Việt Nam.
   B. Chị ấy là người Mỹ phải không?
   C. Cô ấy nói được tiếng Anh.

[독해 및 쓰기]

해석

안녕하세요 여러분. 제 이름은 연진입니다. 여러분 잘 지내셨어요? 저는 한국 사람이고 영어와 베트남어를 조금 할 수 있어요. 저는 서울시 외국어 학원에서 베트남어 공부를 합니다. 대단히 감사합니다.

1. ×　　2. ○　　3. ○

3과

[듣기] 스크립트 및 정답

Mai: Xin lỗi, anh làm nghề gì?
Duy: Tôi là bác sĩ ở bệnh viện Sài Gòn.
Mai: Anh đang sống ở đâu?
Duy: Tôi sống ở Thành Phố Hồ Chí Minh.

1. A　　2. B

[연습문제] 정답

1. A. ca sĩ
   B. kỹ sư
   C. giáo viên
2. A. Anh làm nghề gì?
   B. Chị làm việc ở đâu?
   C. Ông là giám đốc phải không?
3. A. Cô Thủy làm việc ở công ty Việt Nam.
   B. Chị ấy không phải là luật sư.
   C. Tôi sống ở Thành Phố Seoul.
   D. Tôi đang xem tivi.

[독해 및 쓰기]

해석

주이 씨는 ABC 병원의 의사입니다. 그는 한국 사람이고 영어와 프랑스어를 할 수 있습니다. 그는 호찌민에서 일하며 살고 있습니다. 요즘 베트남어를 매우 열심히 하고 있습니다. 왜냐하면 그는 가난한 환자들을 돕고 싶기 때문입니다.

1. Bác sĩ (의사)
2. Hàn Quốc (한국)
3. Tiếng Anh, Tiếng Pháp (영어, 프랑스어)

4과

[듣기] 스크립트 및 정답

Duy: Chào chị. Năm nay chị bao nhiêu tuổi ạ?
Mai: Chào anh. Tôi 32 tuổi.
Duy: Xin lỗi, thế thì chị sinh năm 1985 phải không?
Mai: Dạ không phải ạ. Tôi sinh năm 1984.

1. A　　2. B

[연습문제] 정답

1. A. 31
   B. chị ấy 22 tuổi.
   C. Năm nay cô Nga 46 tuổi.
2. A. Nga sinh năm 1994 phải không?
   B. Năm nay chị ấy 22 tuổi.
   C. Chị Loan bao nhiêu tuổi?
3. (예시 답안)

A. Năm nay tôi 30 tuổi. 올해 저는 30살입니다.
B. Dạ vâng / Dạ không. 네 / 아니오.
C. Sinh năm 2000. 2000년 생입니다.

[독해 및 쓰기]

해석

로안은 중국 사람입니다. 그녀는 베트남에서 살고 있습니다. 그녀는 베트남에서 중국어 선생님입니다. 그녀는 1998년생입니다. 올해 그녀는 중국으로 돌아갑니다. 왜냐하면 로안은 부모님과 고향이 너무 그립기 때문입니다.

5과

[듣기] 스크립트 및 정답

Duy: Chị đã kết hôn chưa?
Mai: Dạ vâng. Tôi đã kết hôn rồi. Còn anh? Anh đã lập gia đình chưa?
Duy: Dạ chưa. Tôi chưa lập gia đình. Gia đình chị có mấy người?
Mai: Gia đình của tôi có năm người - chồng, hai con gái, một con trai và tôi.

1. C　　2. B

[연습문제] 정답

1. A. 1) Anh đã kết hôn chưa?
   2) Anh đã lấy vợ chưa?
   3) Anh đã lập gia đình chưa?
   4) Anh đã có gia đình chưa?
   B. Gia đình của anh có mấy người? / Gia đình của anh có bao nhiêu người?
   C. Anh có mấy con?

2.

A. Minh là chị của em.
B. Gia đình của anh có mấy người?
C. Gia đình của tôi có bốn người.

3. (예시 답안)

A. Dạ vâng. / Dạ chưa.
B. Gia đình của tôi có 4 người.
C. Dạ có / Dạ chưa.
D. Dạ có / Dạ chưa.

[독해 및 쓰기]

해석

마이의 가족은 아버지 어머니 마이의 오빠, 마이 그리고 막내 여동생 이렇게 5명입니다. 마이의 아버지는 에어컨 회사의 사장이고 마이의 어머니는 주부입니다. 마이의 오빠는 30살이고 외국 회사의 직원입니다. 그리고 막내 여동생은 22살이고 여전히 대학생입니다. 마이는 올해 27살이고 대학교 선생님입니다. 마이의 가족은 매우 행복합니다.

6과

[듣기] 스크립트 및 정답

Duy: Cuối tuần này chị sẽ làm gì? Mình muốn xem phim với Cô Mai.

Mai: Trời ơi. Nhưng mà mình có hẹn rồi. Minh sẽ xem phim với Loan vào cuối tuần này. Xin lỗi anh. Anh sẽ làm gì vào cuối tuần?

Duy: Um... Duy sẽ nghỉ ở nhà. Bây giờ là mấy giờ rồi?

Mai: Bây giờ là 4 giờ 45 phút rồi.

1. B 2. A 3. C

[연습문제] 정답

1. A. Bây giờ là 2 giờ 30 phút (rưỡi)
   B. Bây giờ là 1 giờ 50 phút.
   C. Bây giờ là 12 giờ 25 phút.
2. A. mấy
   B. chờ
   C. sáng
   D. thường
   E.cuối tuần

3.
A. (지금은 몇 시입니까?)
B. (저녁에 당신은 보통 무엇을 합니까?)
C. (주말에 당신은 보통 무엇을 합니까?)

[독해 및 쓰기]

해석

나는 보통 아침 7시에 일어납니다. 그리고 나서 샤워하고 머리를 감아요. 나는 보통 아침을 먹지 않습니다. 나는 항상 아침 8시에 출근합니다. 나는 보통 아침 9시부터 12시까지 오전 근무를 해요. 오전 근무를 마치고 나서 친구와 식사를 하러 갑니다.
저는 오후 5시에 퇴근하고 싶지만 그럴 수 없어요. 왜냐하면 많은 업무가 있기 때문이죠. 저녁에 저는 보통 베트남어 공부를 하고 11시에 잠을 잡니다.

7과

[듣기] 스크립트 및 정답

Duy: Thứ bảy tuần này chị về nước phải không?

Mai: Dạ đúng rồi. Vì tuần sau là sinh nhật của mẹ tôi.

Duy: Thế à? Sinh nhật của mẹ chị là ngày mấy?

Mai: Ngày 3 tháng 12.

Duy: Thế à? Chị chuẩn bị quà tặng chưa?

Mai: Chưa. Ngày mai sẽ đi.

1. B 2. C

[연습문제] 정답

1. A. chủ nhật
   B. trước
   C. sau
2. A. Khi nào chị đi du lịch ở Mỹ?
   B. Thứ bảy tuần trước tôi đã về nước rồi.
   C. Hôm nay là ngày 10 tháng 8.
3. A. (오늘은 몇 월 며칠입니까?)
   B. (당신의 생일은 언제입니까?)
   C. (오늘은 무슨 요일입니까?)

[독해 및 쓰기]

해석

저와 마이는 같은 반 학생입니다. 오늘은 12월 10일입니다. 지난 주말에 저는 마이를 만났어요. 왜냐하면 마이의 생일이 5일이었기 때문이죠. 우리는 베트남 식당에서 밥을 먹고 난 후 노래방에 갔어요. 내 친구는 노래를 정말 잘 불러요 그러나 저는 잘 못해요. 우리는 저녁에 유명한 식당에서 함께 맥주를 마셨어요. 우리는 밤 12시에 집에 들어갔어요. 그래서 어머니가 굉장히 화나셨어요.

8과

[듣기] 스크립트 및 정답

Mai: Anh đang làm gì?

Duy: Tôi đang học tiếng việt. Trời ơi. Tôi muốn đi chơi.

Mai: Chúng ta đi xem phim không? Hôm qua Loan nói là phim "harry poter" rất hay đấy.

Duy: Tốt quá! Tôi cũng muốn xem. Khi nào chúng ta đi?

Mai: Chiều mai được không?

Duy: Được.

1. B 2. A 3. A

[연습문제] 정답

1. A. Chắc là không có gì đặc biệt.
   B. Sở thích của anh là chơi gảm phải không?
   C. Tôi cũng rất thích nấu ăn.
2. A. đang
   B. xem
   C. học
   D. của
   E. rủ
3.

A. (당신의 취미는 무엇입니까?)
B. (당신은 지금 무엇을 합니까?)
C. (내일 당신은 무엇을 할 것입니까?)
D. (오늘 저녁에 당신은 무엇을 할 것입니까?)

[독해 및 쓰기]

해석

나의 취미는 베트남어 공부이다. 나는 베트남어를 배운 지 3개월 되었다. 나는 베트남으로 여행을 가기 위해서 베트남어를 배운다. 지난주에 나는 TV를 보았다. 그때 한국 가수와 베트남 가수가 베트남의 여러 도시를 소개해 주었는데 내가 느끼기게 아름답고 흥미로웠다. 내년에 나는 호찌민과 하노이로 여행을 갈 것이다. 나는 베트남 사람과 이야기하고 싶다. 그래서 나는 베트남어를 공부를 열심히 하고 노력할 것이다.

9과

[듣기] 스크립트 및 정답

Duy: A lô, làm ơn cho tôi nói chuyện với chị Mai.
Mai: Mai đây. Ai gọi đấy ạ?
Duy: Duy đây. Chị có thích đi xem phim không? Tối nay chúng ta đi xem phim không?
Mai: Thích chứ. Tôi thích mọi loại phim, trừ phim kinh dị.
Duy: Không sao. Mình cũng không thích phim kinh dị.
Mai: Vậy thì chúng ta gặp nhau ở đâu?
Duy: Chúng ta gặp ở công viên Đầm Sen nhé.

1. B　2. C　3. A

[연습문제] 정답

1. A. Anh ấy đang chơi bóng chày.
   B. Anh ấy đang chơi bóng đá.
   C. Chị ấy đang bơi.
   D. Bạn ấy thích phim kinh dị.
   E. Bạn ấy thích phim tài liệu.
   F. Bạn ấy thích phim hài.
2. A. Ông ấy thích mọi loại phim trừ phim kinh dị.
   B. Cô thích loại phim nào?
   C. Chị ấy trông già.
3.

A. (당신은 어떤 종류의 영화를 좋아합니까?)
B. (당신은 어떤 종류의 스포츠를 좋아합니까?)

[독해 및 쓰기]

해석

두 명이 전화로 이야기하고 있습니다.
마이: 여보세요? 로안이니?
로안: 응, 맞아. 누구야?
마이: 나 마이야. 오늘 저녁에 너는 바쁘니?
로안: 마이야? 잘 지냈어? 오늘 저녁에 나는 아무 일이 없어. 무슨 일인데?
마이: 나 야구 표가 생겼어. 로안, 너 나랑 같이 갈래?
로안: 좋아! 몇 시, 어디?
마이: 오늘 저녁 7시 우리 회사 근처야. 되니?
로안: 당연히 되지. 그럼 우리 서울역에서 만나자.

10과

[듣기] 스크립트 및 정답

Hoa: Trời ơi nóng quá.
Thanh: Đúng rồi. Hôm nay nóng quá. Ở Hàn Quốc cũng nóng như Việt Nam không?
Hoa: Đúng rồi nhưng mùa hè Việt Nam nóng hơn mùa hè Hàn Quốc.
Thanh: Thế à? Vậy thì chị có quen thời tiết Việt Nam chưa?
Hoa: Chưa. Vì Việt Nam khoảng 35 độ C nên khó chịu quá.
Thanh: Em hiểu. Em là người Việt Nam mà em cũng không quen.

1. B　2. B　3. A

[연습문제] 정답

1. A. Trời mưa – 24 độ C
   B. Trời nắng – 30 độ C
   C. Trời âm u – 19 độ C
2. A. Việt Nam nóng hơn Hàn Quốc.
   B. Nga lạnh hơn Hàn Quốc.
   C. Cái bàn kia dài hơn cái bàn này.
3. A. Thời tiết hôm nay thế nào?
   B. Mùa đông Hàn Quốc lạnh hơn mùa đông Việt Nam.
   C. Tivi nói hôm nay nóng 39 độ C.

[독해 및 쓰기]

해석

나는 오늘 남자 친구와 함께 공원에 산책을 하러 갔다. 그런데 갑자기 비가 내렸다.

란: 오빠, 어제 일기예보 봤는데 오늘 날씨 맑을 거라고 했는데 왜 비가 오지?

주이: 응, 오빠도 봤어. 아마 소나기일 거야. 우리 카페에 가 있자.

란: 응, 가자.

〈커피숍〉

직원: 두 분은 무엇을 드시겠습니까?

주이: 우와 너무 춥다. 따뜻한 커피 주세요. 그리고 넌, 너는 뭐 마실래?

란: 같은 걸로요.

직원: 네, 알겠습니다. 잠시만 기다려 주세요.

주이: 다음 달에 너 시간 되지? 우리 한국으로 여행 가자.

란: 우와 좋아! 그런데 요즘 한국은 겨울이잖아. 엄청 추울 거야.

주이: 괜찮아, 눈 보는 거 좋잖아(예쁘잖아).

란: 응, 나도 눈 내리는 거 보고 싶긴 했어.

11과

[듣기] 스크립트 및 정답

Hoa: Thanh ơi, Thanh thích môn nào nhất?

Thanh: Um... thật sự mình không thích học nhưng mình thấy môn âm nhạc hay nhất. Còn bạn? Bạn thế nào?

Hoa: Mình thích môn tiếng Việt. Dạo này mình học tiếng Việt rất chăm chỉ.

Thanh: Đúng rồi. Hoa là người Đài Loan mà nói tiếng Việt giỏi.

Hoa: Thế à? Cảm ơn bạn. Mình sẽ cố gắng nữa.

Thanh: Cố lên nhé.

1. C　　2. B　　3. A

[연습문제] 정답

1. A. xấu
   B. dễ
   C. tối
   D. thấp
   E. mới
2. A. Việt Nam nóng nhất.
   B. Nga cao nhất.
   C. Cái bàn kia dài nhất.
3. A. Ai đẹp trai nhất trong lớp?
   B. Tôi khỏe nhất trong lớp tôi.
   C. Anh học tiếng Anh được bao lâu rồi?

[독해 및 쓰기]

해석

어제 나는 회사를 그만두었다. 왜냐하면 그 일이 나에게 맞지 않았기 때문이다. 나의 전공은 베트남어이다. 그래서 나는 베트남어를 사용할 수 있는 회사에 입사하길 원했다. 2년 전에 나는 이 회사에 입사했다. 면접을 볼 때 사장님이 말하길 회사는 베트남어를 구사할 수 있는 직원을 찾고 있다고 했다. 그런데 2년 동안 나는 사장님께 커피를 타 드리거나 복사하는 일밖에 하지 않았다. 나는 굉장히 실망했고 이 회사를 그만 두고 싶었다. 그래서 어제 나는 그만 두게 되었다. 나는 베트남어를 더 공부할 것이고 그리고 난 후 호찌민을 갈 것이다. 왜냐하면 그곳에는 많은 친구들과 나의 가족이 있기 때문이다. 베트남에서 3개월 정도 휴식을 취하고 나는 한국으로 돌아올 것이다. 나는 다시 시작할 것이다.

12과

[듣기] 스크립트 및 정답

Hoa: Chào bạn. Bạn mới đến trường à? Sao trễ quá vậy?

Thanh: Vì kẹt xe.

Hoa: Bạn thường đến trường bằng gì?

Thanh: Tôi thường đến trường bằng xe buýt.

Hoa: Từ nhà bạn đến trường mất bao lâu đi bằng xe buýt?

Thanh: Bình thường chỉ mất khoảng 40 phút thôi nhưng hôm nay kẹt xe nên mất 1 tiếng 10 phút rồi.

1. B 2. A 3. A

[연습문제] 정답

1. A. Em ấy đến trường bằng xe đạp.
   B. Anh ấy đi làm bằng xe máy.
   C. Chị ấy đến Hà Nội bằng xe lửa / tàu hoả.
2. A. Nếu đi bằng máy bay thì nhanh hơn.
   B. Từ Hàn Quốc đến Việt Nam mất bao lâu?
   C. Anh ấy thường đến trường bằng xe máy.
3. (예시 답안)

A. Tôi thường đi là bằng ______.
B. Từ nhà tôi đến công ty (trường) mất khoảng ______.
C. Nếu tôi đi du lịch ở Việt Nam thì tôi muốn đi Thành Phố ______.

[독해 및 쓰기]

해석

저는 주이이고 베트남 사람이에요. 저는 현재 달랏에서 살고 있어요. 저는 한국 친구가 많아요. 약 1년 전에 지수와 민기가 여기에 왔어요. 두 명의 친구는 베트남의 문화에 대해서 알고 싶어 했어요. 두 친구는 매우 예쁘고 친절해요. 그래서 저도 역시 한국의 문화와 언어를 이해하고 싶었어요. 제가 한국어를 공부한 지 1년이 되었어요. 제가 느끼기에 한국어는 어렵지만 매력적인 언어인 것 같아요. 그래서 매일 한국어 공부를 해요. 민기가 말하길 베트남에서 한국까지 비행기로 약 4~5시간 정도가 걸린대요. 저는 아직 한국에 가보진 않았지만 만약 기회가 된다면 한국으로 여행을 가 보고 싶어요.

1. (주이는 어느 나라 사람입니까?)
   Duy là người Việt Nam.
2. (주이는 어디에 살고 있나요?)
   Duy đang sống ở Thành Phố Đà Lạt.
3. (주이는 몇 명의 한국 친구가 있습니까?)
   Duy có 2 bạn người Hàn Quốc.
4. (한국 친구는 무엇을 알고 싶어 하나요?)
   Hai bạn muốn biết về văn hóa của Việt Nam.
5. (주이는 한국어를 공부한 지 얼마나 되었나요?)
   Duy học tiếng Hàn Quốc được 1 năm rồi.
6. (주이가 느끼기에 한국어는 어떤가요?)
   Duy thấy tiếng Hàn khó nhưng hấp dẫn.
7. (민기가 말하길 베트남에서부터 한국까지 얼마나 걸린다고 했나요?)
   Minki nói rằng từ Việt Nam đến Hàn Quốc mất khoảng 4-5 tiếng.

13과

[듣기] 스크립트 및 정답

Mai: Anh ơi, làm ơn cho tôi hỏi, ngân hàng ABC ở đâu ạ?

Người đi đường: Hả? Ở đâu? Nhà hàng hà?

Mai: Dạ không. Ngân hàng.

Người đi đường: À Ngân hàng. Đi thẳng đường này khoảng 300 mét thì gặp ngã tư lúc đó em phải rẽ trái sau đó đi thẳng 100 mét nữa thì tới.

Mai: Đi thẳng 300 mét sau đó rẽ phải phải không?

Người đi đường: Không. Rẽ trái.

Mai: À em hiểu rồi. Cảm ơn rất nhiều ạ.

1. C 2. C 3. B

[연습문제] 정답

1. A. hỏi thăm
   B. khoảng
   C. xa
   D. nhanh
2. A. Tôi học tiếng Việt sau đó ăn cơm.
   B. Tôi tập thể dục sau đó tắm.
   C. Tôi xem phim sau đó uống bia.
3. A. Anh ấy mới về nước rồi.
   B. Cô ấy mới đi ra ngoài rồi.
   C. Em ấy mới trả tiền rồi.

[독해 및 쓰기]

해석

(예시 답안)

A: 저는 ~에 가고 싶어요. 어떻게 가야 하나요?

B: 직진하고 두 번째 블록에서 좌회전하세요.

14과

[듣기] 스크립트 및 정답

Mai : Cái đồng hồ này đẹp quá.

Thanh: Anh mua ở siêu thị. Mai thấy đẹp hả? Mai cũng mua đi. Ở đó cái nào cũng đẹp lắm.

Mai: Thế à? Em sẽ suy nghĩ. Còn cái này là cái gì?

Thanh: Cái này là Quyển sách tiếng Nga. Dạo này mình học tiếng Nga.

Mai: Ồ hay quá. Tiếng Nga thế nào?

Thanh: Hơi khó nhưng hay lắm.

1. C　　2. B　　3. C

[연습문제] 정답

1. A. Đây là cái bàn.
   B. Kia là cái điện thoại.
   C. Đấy là quyển từ điển Việt-Hàn.
2. A. Con này là con gì?
   B. Chiếc này là chiếc gì?
   C. Qủa này là quả gì?
3. A. Quyển sách này cũ rồi
   B. Em muốn nuôi 1 con nữa.
   C. Quả nho bao nhiêu một ký?

[독해 및 쓰기]

해석

안녕하세요 여러분. 제 이름은 민이고 올해 16살입니다. 저는 베트남 사람이에요. 저는 지금 한국어 책들과 베-한 사전을 사기 위해 서점에 있어요. 1년 전, 저는 TV를 틀었는데 한국 가수 한 명이 나왔어요. 그때 제가 느끼기에 그 사람은 매우 잘생기고 노래를 잘했어요. 그때 저는 결정했어요. '한국어 공부를 한 후에 한국에 놀러 가야겠다.' 현재 저는 한국어 공부를 하기 위해 매일 외국어 학원에 가요. 한국어 공부를 열심히 한 후, 내년에 저는 한국에 여행을 갈 거에요. 그리고 그 가수의 공연을 보고 싶어요.

15과

[듣기] 스크립트 및 정답

Người bán hàng: Chào cô. Cô muốn mua gì ạ?

Khách hàng: Chào chị. Em muốn mua đôi giày thể thao.

Người bán hàng: Giày đen kia thế nào? Dạo này rất thời trang.

Khách hàng: Nhưng mà em không thích màu đen.

Người bán hàng: Thế à? Thế thì Chị thích màu gì? Kiểu này có nhiều màu.

Khách hàng: Em thích màu trắng.

1. A　　2. C　　3. A

[연습문제] 정답

1. A. Màu này là màu cam.
   B. Màu kia là màu vàng.
   C. Màu đó là màu đen.
   D. Màu đấy là màu xanh.
   E. Màu này là màu xanh lá cây.
2. A. Em muốn mua một cái dù màu vàng.
   B. Tôi không vừa ý.
   C. Anh không thích màu hồng mà.
3. (예시 답안)

A. (당신은 어떤 색을 좋아하나요?)
Tôi thích màu hồng. 저는 분홍색을 좋아해요.

B. (당신의 전화기는 어디에 두었나요?)
Cái điện thoại của tôi để trên cái bàn.
나의 전화기는 책상 위에 있어요.

C. (당신은 이 책이 마음에 드나요?)
Dạ vâng. Tôi vừa ý. 네. 저는 맘에 들어요.

[독해 및 쓰기]

해석

어렸을 때, 나는 모든 것이 분홍색이었다. 침대, 옷장, 책상, 의자 심지어 옷들까지 전부 분홍색이었다. 그러나 그때 내가 느끼기에 나는 공주라고 생각했다. 지금 생각해 보면 아마 그때 우리 엄마는 나 때문에 매우 힘들었을 것이다. 현재 나는 이미 성장해 버렸기 때문에 더 이상 분홍색을 좋아하진 않는다. 왜냐하면 만약 지금까지 분홍색을 좋아한다고 하면 다들 미쳤다고 생각할 것이다. 그러나 가끔 나는 어렸을 때를 생각한다. 왜냐하면 아직까지 색깔을 좋아한다는 것은 그만큼 순수하다는 거니까. 당신 역시 내 의견에 동의하나요?

16과

[듣기] 스크립트 및 정답

Bác sĩ: Anh ngồi xuống đi. Bị bệnh gì vậy?

Thanh: Chào Bác sĩ. Từ tối hôm qua em bị đâu đầu và đau bụng nữa.
Bác sĩ: Hôm qua anh đã ăn gì vậy?
Thanh: Dạ không có gì đặc biệt. Chỉ uống Cà-phê thôi ạ.
Bác sĩ: Chỉ uống cà-phê thôi hả? không ăn cơm gì à?
Thanh: Dạ vâng.
Bác sĩ: Trời ơi. Anh phải ăn cơm chứ. Nếu không ăn cơm thì chắc chắn bị đau bụng.
Thnah: Thế à? Em sẽ chú ý. Cảm ơn bác sĩ ạ.

1. B 2. C 3. B

[연습문제] 정답

1. A. bị
   B. được
   C. đi
   D. trông
   E. đau
2 A. được
   B. bị
   C. được
3. A. Hôm nay trông anh có vẻ mệt.
   B. Bệnh của em nhẹ thôi.
   C. Em ngồi xuống đi.

[독해 및 쓰기]

해석

탄 씨는 베트남에 있는 큰 회사의 사장이다. 그는 보통 새벽 5시에 일어난다. 왜냐하면 그는 매우 바쁘기 때문에 반드시 매일 일찍 일어나야 한다. 운동 후 그는 집에서 아침 식사를 한다. 6시에 운전기사가 그를 데리러 온다. 회사에 도착하면 그는 먼저 커피를 마시고 신문을 읽고 난 후, 일을 시작한다. 요즘 그는 많은 일과 회의가 있기 때문에 여러 나라로 출장을 다닌다. 이 회사를 열기 전에 그는 부인과 자주 여행을 다녔는데 요즘은 시간이 없어서 자주 갈 수가 없다. 며칠 전, 그는 건강검진을 받았는데 의사가 반드시 체중 감량이 필요하며 좀 쉬어야 한다고 했다. 그 역시 그렇게 하고 싶지만 많은 일이 있어서 쉴 수 없다. 그는 항상 직원들에게 건강은 가장 중요하니 잘 먹고 잘 쉬라고 말한다. 그러나 그의 직원들은 그렇게 할 수 없다고 항상 말한다. 왜냐하면 업무가 너무 많기 때문이다.

17과

[듣기] 스크립트 및 정답

Người bán: Chào chị. Chị muốn mua gì ạ?
Khách hàng: Chào cô. Em muốn mua hai cái váy.
Người bán: Tiệm chúng tôi có nhiều loại. Chị xem thử nhé.
Khách hàng: Cảm ơn cô. Cái đó bao nhiêu tiền?
Người bán: Cái đó hả? Cái đó là một cái một trăm ngàn.
Khách hàng: trời ơi mắc quá. Giảm giá được không?
Người bán: Xin lỗi. Tiệm chúng tôi bán đúng giá.
Khách hàng: Thế thì tất cả bao nhiêu tiền?
Người mua: Tất cả hai trăm ngàn đồng ạ.

1.C 2.B 3.A

[연습문제] 정답

1. A. Qủa này là quả nho.
   B. Cái này là quần.
   C. Cái này là máy lạnh.
   D. Cái này là áo khoác.
   E. Qủa này là quả thanh long.
   F. Cái này là giày thể thao.
2 A. Cái này là bao nhiêu tiền?
   B. Giảm giá được không?
   C. Em muốn hai trăm ngàn đồng.
3. A. Trời ơi giảm giá đi.
   B. Cái áo đó bao nhiêu tiền?
   C. Vừa ăn cơm vừa đọc sách.

[독해 및 쓰기]

예시

손님: 아줌마, 사과 1kg에 얼마예요?
상인: 1kg에 2만 동이에요.
손님: 왜 이렇게 비싸요?
상인: 절대 비싸지 않아요. 이 사과 정말 맛있어요. 드셔 보세요.
손님: (먹어 본다) 맛있네요. 조금만 깎아 주시면 안 돼요?
상인: 만 8천 동어때요?
손님: 감사합니다.
상인: 맛있게 드세요.

18과

[듣기] 스크립트 및 정답

Chủ nhà: Chào cô. Xin mời vào.
Mai: Chào cô ạ. Nhà này xây bao lâu rồi à?
Chủ nhà: Nhà này mới xây dựng rồi. Chỉ một tháng thôi.
Mai: Hèn chì, vừa sạch sẽ vừa tốt. Một tháng bao nhiêu tiền ạ?
Chủ nhà: 5 triệu một tháng.
Mai: Trời ơi mắc quá.
Chủ nhà: Không mắc đâu chị ơi. Mới xây mà.

1. B 2. A 3. C

[연습문제] 정답

1. C – D – A – B
2 A. Thích
B. Thông cảm
C. Chuyển nhà
D. Nhà vệ sinh – nhà bếp
3. A. Tôi sẽ nói chuyện với cô ấy.
B. Bao nhiêu một tháng vậy?
C. Chung cư hay nhà riêng?

[독해 및 쓰기]

해석

우리 집은 서울에 있어요. 나는 한 아파트에 살고 있어요. 그 아파트는 지어진 지 얼마 안 됐기 때문에 깨끗하고 넓어요. 우리 집은 총 3개의 방과 1개의 부엌 그리고 2개의 화장실이 있어요. 거실은 다소 좁지만 예쁘고 환풍이 잘 돼요. 그리고 부모님 방은 굉장히 넓어요. 그 외에도 방 안에 작은 화장실이 있어서 굉장히 편리해요. 여동생의 방은 굉장히 귀여워요. 그래서 여동생은 그 방을 매우 좋아해요. 마지막으로 제 방은 그렇게 넓지도 좁지도 않아요.

19과

[듣기] 스크립트 및 정답

Mai: Ngày mai mình đi du lịch ở Thành Phố Hồ Chí Minh. Loan đi Thành Phố Hồ Chí Minh bao giờ chưa?
Loan: Rất nhiều lần. Vì quê mình là ở đó mà.
Mai: Thế à? Thành Phố Hồ Chí Minh thế nào?
Loan: Thành Phố Hồ Chí Minh rất nóng. Khi mùa mưa thì đỡ hơn.
Mai: Thế thì dạo này là mùa mưa hay mùa khô?
Loan: Mùa khô nên chắc là rất nóng.

1. C 2. B 3. B

[연습문제] 정답

1. A. Nếu
B. chưa
C. Nghe nói
D. bao giờ
E. lần
2 A. Bạn đã đi Đà Lạt bao giờ chưa?
B. Em thông minh quá nhỉ.
C. Tôi chưa bao giờ đi Thành Phố Hồ Chí Minh.
3. (예시)
A. (당신은 베트남에 여행을 가 본 적이 있나요?)
- Dạ vâng. Tôi đã đi Thành Phố Hồ Chí Minh.
- Dạ chưa. Tôi chưa bao giờ đi Thành Phố Hồ Chí Minh.
2. (베트남은 어떤가요?)
- Tôi thấy rất đẹp.
3. (만약 베트남으로 여행을 간다면 어느 도시로 가고 싶나요?)
- Nếu tôi đi du lịch ở Việt Nam thì tôi muốn đi Thành Phố Hà Nội.

20과

[듣기] 스크립트 및 정답

Người phục vụ: Chào chị. Chị muốn ăn gì?
Khách hàng: Hôm nay món nào ngon nhất vậy?
Người phục vụ: Hôm nay phở bò ngon lắm ạ.
Khách hàng: Thế thì cho tôi một tô phở bò tái nhé.
Người phục vụ: Dạ vâng. Còn chị muốn uống gì?
Khách hàng: Cho tôi nước nóng nhé.
Người phục vụ: Dạ vâng. Chờ một chút nhé.

1. A 2.A 3.B

[연습문제] 정답

1. A. Bánh tét
   B. Bánh mì
   C. Gỏi cuốn
   D. Bánh xèo
   E. Cơm chiên
   F. Phở
2 A. Tôi muốn đặt bàn.
   B. Anh muốn uống gì?
   C. Cho tôi thực đơn.
3. (예시)

A. (만약 당신이 베트남 식당에 간다면 무엇을 먹고 싶나요?)
Tôi muốn ăn phở bò.
저는 소고기 쌀국수를 먹고 싶어요.

B. (당신은 베트남 음식을 먹어 본 적이 있나요?)
Dạ vâng. 네 먹어 봤어요. / Dạ chưa. 아직이요.

C. (당신이 느끼기에 베트남 음식은 어떤가요?)
Tôi thấy món ăn Việt Nam rất ngon.
내가 느끼기에 베트남 음식은 정말 맛있어요.

주제별 질문 Q&A

Track 185

OPI 시험에 대비할 수 있는 내용 혹은 베트남 사람과 만났을 때 묻고 대답할 수 있는 내용의 질문입니다. 예시 답안을 참고하여 자신의 답도 만들어 보세요!

(질문 편의상 주어는 'Anh'으로 통일합니다.)

자기 소개

1. Anh tên là gì?
   당신의 이름은 무엇입니까?
   → Tôi tên là Thanh.
   제 이름은 Thanh입니다.

2. Anh là người nước nào?
   당신은 어느 나라 사람입니까?
   → Tôi là người Hàn Quốc.
   저는 한국 사람입니다.

3. Năm nay anh bao nhiêu tuổi?
   올해 몇 살입니까?
   → Năm nay tôi 30 tuổi.
   올해 저는 30살입니다.

4. Anh làm nghề gì?
   직업은 무엇입니까?
   → Tôi là bác sĩ.
   저는 의사입니다.

5. Anh làm việc ở đâu?
   일하는 곳은 어디입니까?
   → Tôi làm việc ở Thành Phố Seoul.
   저는 서울에서 일합니다.

6. Anh biết tiếng gì? (Anh nói được tiếng gì?)
   어떤 언어를 구사할 수 있습니까?
   → Tôi nói được tiếng Anh và tiếng Việt.
   저는 영어와 베트남어를 말할 수 있습니다.

7. Hiện nay anh đang sống ở đâu?
   현재 당신은 어디에 사나요?
   → Hiện nay tôi đang sống ở Thành Phố Hồ Chí Minh. 현재 저는 호찌민에 삽니다.

8. Sở thích của anh là gì?
   당신의 취미는 무엇입니까?
   → Sở thích của tôi là xem phim.
   제 취미는 영화 보기입니다.

9. Quê anh ở đâu? 고향은 어디인가요?
   → Quê tôi ở Thành Phố Busan.
   제 고향은 부산입니다.

10. Cuối tuần anh thường làm gì?
    주말에 당신은 보통 무엇을 합니까?
    → Cuối tuần tôi thường dọn nhà với gia đình.
    주말에 저는 가족과 함께 집에서 청소를 합니다.

- Anh/chị hãy giới thiệu về bản thân.
  본인 소개를 해 주세요.
- Anh/chị có thể giới thiệu một chút về mình được không?
  자기 소개를 간단하게 해 주실 수 있나요?
- Xin anh/chị tự giới thiệu.
  자기 소개를 해 주세요.

자기소개 예시 답안

Chào các bạn. Tôi tên là Mai. Năm nay tôi 25 tuổi.
Tôi là người Hàn Quốc và nói được tiếng Hàn và một ít tiếng Việt.
Hiện nay tôi đang học ở Thành Phố Hồ Chí Minh.
Tôi là sinh viên năm thứ 3 của trường đại học Hàn Quốc.
Chuyên ngành của tôi là tiếng Việt. Tôi muốn nói chuyện với người Việt Nam.
Tôi muốn biết và hiểu về văn hóa của Việt Nam cho nên tôi đang học ở Việt Nam.
Sở thích của tôi là xem phim và đọc sách. Khi rảnh, tôi luôn luôn xem phim với bạn.
Tôi rất nhớ ba mẹ nhưng tôi phải học chăm chỉ. Sau khi học xong, tôi sẽ về Hàn Quốc.

여러분 안녕하세요. 제 이름은 Mai입니다. 올해 저는 25살입니다.

저는 한국 사람이고 한국어와 베트남어를 조금 할 수 있어요.
현재 저는 호찌민에 살고 있습니다.
저는 한국대학교 3학년 학생입니다.
제 전공은 베트남어입니다. 저는 베트남 사람과 이야기하고 싶어요.
저는 베트남의 문화에 대해 알고 이해하고 싶어서 베트남에서 공부 중입니다.
제 취미는 영화 보기와 독서입니다. 한가할 때, 저는 항상 친구와 함께 영화를 봅니다.
부모님이 매우 그립지만 저는 열심히 공부해야 해요.
공부가 끝난 후, 저는 한국으로 귀국할 예정입니다.

기혼

1. Anh đã lập gia đình chưa? (= Anh đã kết hôn chưa? =Anh có gia đình chưa?)
당신은 가정이 있습니까? (=당신은 결혼했나요?)
→ Dạ vâng. Tôi đã kết hôn rồi.
네. 저는 결혼했습니다.

2. Gia đình của anh có mấy(=bao nhiêu) người?
당신의 가족은 몇 명입니까?
→ Gia đình của tôi có 4 người như vợ, một con gái, một con trai và tôi. 우리 가족은 아내, 딸, 아들 그리고 저 이렇게 4명입니다.

3. Vợ anh làm nghề gì? 아내의 직업은 무엇입니까?
→ Vợ tôi là nội trợ. 저의 아내는 주부입니다.

4. Trước khi kết hôn, vợ anh đã làm gì?
결혼 전 당신 아내의 직업은 무엇이었습니까?
→ Trước khi kết hôn, vợ tôi đã làm việc ở ngân hàng.
결혼 전에 제 아내는 은행에서 일했습니다.

5. Sở thích của vợ anh là gì?
아내의 취미는 무엇입니까?
→ Sở thích của vợ tôi là xem tivi.
아내의 취미는 TV 보기입니다.

6. Tính cách (tính tình) của vợ anh như thế nào?
아내의 성격은 어떠한가요?
→ Tính cách của vợ tôi rất hiền và vui tính. 아내의 성격은 굉장히 착하고 쾌활합니다.

7. Các con anh mấy tuổi rồi?
아이들은 몇 살인가요?
→ Con gái cả thì 10 tuổi còn con trai út thì 8 tuổi. 큰 딸은 10살이고, 막내 아들은 8살입니다.

8. Con trai anh giống mẹ hay giống bố?
당신의 아들은 엄마를 닮았나요 아니면 아빠를 닮았나요?
→ Hèn chi giống mẹ.
다행히 엄마를 닮았습니다.

9. Khi rảnh, gia đình anh thường làm gì?
한가할 때 당신의 가족은 무엇을 합니까?
→ Khi rảnh, gia đình của tôi thường đi dạo ở công viên.
한가할 때, 우리 가족은 보통 공원에 산책을 갑니다.

10. Gia đình của anh có sống hạnh phúc không?
당신의 가족은 행복한가요?
→ Dạ vâng. Gia đình của tôi rất hạnh phúc.
네. 우리 가족은 매우 행복합니다.

미혼

1. Anh đã lập gia đình chưa? (= Anh đã kết hôn chưa? =Anh có gia đình chưa?)
당신은 가정이 있습니까? (=당신은 결혼했나요?)
→ Dạ chưa. Tôi chưa lập gia đình.
아직이요. 저는 아직 결혼을 안 했습니다.

2. Gia đình của anh có bao nhiêu người?
당신의 가족은 몇 명입니까?
→ Gia đình của tôi có 4 người.
우리 가족은 4명입니다.

3. Như thế nào?/ có ai?
(가족 구성원은)어떻게 되나요?
→ Cha, má, một em gái và tôi.
아버지, 어머니, 여동생 그리고 저입니다.

4. Bố anh làm nghề gì?
당신의 아버지의 직업은 무엇입니까?
→ Bố tôi là nhân viên ở công ty nước ngoài.
아버지는 외국계 회사의 직원입니다.

5. Bố anh bao nhiêu tuổi?
아버지의 연세는 어떻게 되시나요?
→ Bố tôi 51 tuổi ạ.
51세입니다.

6. Mẹ của anh có đẹp không?
당신의 어머니는 미인이신가요?
→ Dạ vâng. Mẹ tôi rất đẹp và xinh.
네 저의 어머니는 매우 예쁘시고 아름다우십니다.

7. Tính cách của bố anh thế nào?
당신의 아버지의 성격은 어떠하신가요?
→ Tính cách của bố tôi đa cảm.
아버지는 다정다감하십니다.

8. Cuối tuần gia đình của anh thường làm gì?
주말에 당신의 가족은 보통 무엇을 하나요?
→ Cuối tuần gia đình của tôi thường đi ăn cơm ngoài.
주말에 저희 가족은 보통 외식을 합니다.

9. Gia đình của anh có hạnh phúc không?
당신의 가족은 행복하나요?
→ Dạ vâng. Gia đình của tôi rất hạnh phúc.
네. 우리 가족은 매우 행복합니다.

10. Anh có kế hoạch lập gia đình không?
당신은 결혼 계획이 있습니까?
→ Dạ có. 네, 있습니다.
→ Dạ chưa có. 네, 아직 없습니다.

당신의 가족 소개를 해주세요.

가족 소개 예시 답안 :

Chào các bạn. Tôi tên là Seo Nam Won.
Tôi sinh năm 1958. Tôi đã sống ở Thành Phố Hồ Chí Minh được 10 năm rồi và vẫn sống ở đây.
Gia đình của tôi có 5 người như vợ, một con trai, hai con gái và tôi.
Vợ tôi vừa đẹp vừa thông minh nên tôi rất yêu vợ tôi.
Con trai cả thì năm nay 30 tuổi nhưng chưa kết hôn. Con trai không nói mà chắc là có người yêu.
Còn con gái thứ hai thì rất vui tính. Bây giờ con gái đang dạy tiếng Việt cho người Hàn Quốc ở Thành Phố Seoul. Cuối cùng, con gái út thì 22 tuổi. Tôi thấy con gái út rất dễ thương và đẹp nhất trên thế giới.
Khi sống ở Việt Nam thì hơi mệt và buồn vì nóng quá và khó nói chuyện với người Việt Nam nhưng tôi rất hạnh phúc vì gia đình của mình. Cảm ơn.

안녕하세요 여러분. 제 이름은 서남원입니다.
저는 1958년생입니다. 저는 호찌민에서 10년 정도 살았고, 현재도 여기서 살고 있습니다.
우리 가족은 아내, 아들, 두 딸 그리고 저 이렇게 5명입니다.
나의 아내는 예쁘고 똑똑합니다. 그래서 저는 아내를 굉장히 사랑합니다.
큰 아들은 올해 30살입니다 그러나 아직 결혼을 안 했습니다. 아들이 말하진 않았지만 아마 애인이 있는 것 같습니다. 그리고 둘째 딸은 굉장히 쾌활합니다. 현재 서울에서 한국 사람에게 베트남어를 가르치고 있습니다. 마지막으로 막내 딸은 22살입니다. 제가 보기엔 막내 딸이 세상에서 가장 예쁘고 귀엽습니다. 베트남이 굉장히 덥고 베트남 사람과 대화하기가 매우 어렵기 때문에 베트남에서 사는 건 다소 힘들지만 저는 가족 덕분에 매우 행복합니다.
감사합니다.

일상 생활

1. Bây giờ là mấy giờ? 지금은 몇 시입니까?
→ Bây giờ là 8 giờ 30 phút.
지금은 8시 30분입니다.

2. Hôm nay là thứ mấy? 오늘은 무슨 요일입니까?
→ Hôm nay là thứ bảy. 오늘은 토요일입니다.

3. Cuối tuần anh thường làm gì?
주말에 보통 무엇을 하십니까?
→ Cuối tuần tôi thường đi leo núi.
주말에 저는 보통 등산을 갑니다.

4. Cô muốn đi Việt Nam. Cô nên đi bằng phương tiện gì? 저는 베트남에 가고 싶습니다. 어느 교통 수단을 이용해야 할까요?
→ Cô nên đi bằng máy bay.
선생님은 비행기를 타야 합니다.

5. Thời tiết hôm nay thế nào?
오늘의 날씨는 어떠한가요?

→ Thời tiết hôm nay nóng quá.
오늘 날씨는 매우 덥습니다.

6. Thời tiết Việt Nam thế nào?
베트남의 날씨는 어떠한가요?
→ Nghe nói thời tiết Việt Nam nóng lắm.
듣기로는 베트남의 날씨는 매우 덥다고 합니다.

7. Ngày mai anh sẽ làm gì?
내일 무엇을 하실 예정이세요?
→ Ngày mai tôi sẽ đi làm việc.
내일 저는 일하러 갑니다.

8. Hôm qua anh đã làm gì?
어제는 무엇을 하셨어요?
→ Hôm qua tôi đã gặp người yêu rồi.
어제 저는 애인을 만났어요.

9. Hãy nói về từ số không đến số mười.
0부터 10까지 말해 주세요.
→ không một hai ba bốn năm sáu bảy tám chín mười

10. Anh đã đi du lịch ở Việt Nam bao giờ chưa?
당신은 베트남으로 여행을 가 본 적이 있나요?
→ Dạ vâng. Tôi đã đi du lịch ở Việt Nam nhiều lần rồi.
네, 저는 베트남에 여러 번 가 봤습니다.
→ Dạ chưa. Tôi chưa bao giờ đi du lịch ở Việt Nam.
아니요, 저는 베트남에 가 본 적이 없습니다.

베트남어 관련

1. Anh học tiếng Việt được bao lâu rồi?
베트남어를 공부한 지 얼마나 되었나요?
→ Tôi học tiếng Việt được 3 tháng rồi.
저는 베트남어를 공부한지 3개월 되었습니다.

2. Tại sao anh học tiếng Việt?
왜 베트남어를 공부하시나요?
→ Vì tôi muốn nói chuyện với người Việt Nam.
베트남 사람과 이야기를 하고 싶기 때문입니다.

3. Anh thấy tiếng Anh khó hơn hay tiếng Việt khó hơn? 당신이 느끼기에 영어가 더 어렵나요 아니면 베트남어가 더 어렵나요?
→ Tôi thấy tiếng Việt khó hơn tiếng Anh vì tiếng Việt có thanh dấu.
제가 느끼기에 베트남어가 영어보다 더 어렵습니다. 왜냐하면 베트남어는 성조가 있기 때문입니다.

4. Anh thấy tiếng Việt thế nào?
당신이 느끼기에 베트남어는 어떤가요?
→ Tôi thấy tiếng Việt rất khó nhưng càng học càng thú vị.
제가 느끼기에 베트남어는 매우 어렵지만 공부하면 할수록 재밌습니다.

5. Khi học tiếng Việt, anh thấy khó nhất là gì?
베트남어를 공부할 때, 가장 어려운 점이 무엇이었나요?
→ Khi học tiếng Việt, tôi thấy khó nhất là phát âm.
베트남어를 공부할 때, 가장 어려운 것은 발음입니다.

희망 사항

1. Nếu anh có nhiều tiền thì anh muốn làm gì?
만약에 많은 돈이 있다면 당신은 무엇을 하고 싶은가요?
→ Nếu tôi có nhiều tiền thì tôi muốn mua nhà.
만약에 많은 돈이 있다면 저는 집을 사고 싶어요.

2. Nếu anh có nhiều thời gian thì anh sẽ làm gì?
만약에 당신이 시간이 많다면 무엇을 하고 싶어요?
→ Nếu tôi có nhiều thời gian thì tôi sẽ đi du lịch.
만약 많은 시간이 있다면 저는 여행을 가고 싶어요.

3. Nếu anh đi du lịch ở nước ngoài thì anh muốn đi đâu?
만약 외국으로 여행을 간다면 어디를 가고 싶습니까?
→ Nếu tôi đi du lịch ở nước ngoài thì tôi muốn đi Việt Nam.
만약 외국으로 여행을 간다면 저는 베트남으로 여행을 가고 싶어요.

4. Nếu anh sống ở Việt Nam thì anh muốn sống ở thành phố nào? và Tại sao?
만약 당신이 베트남에서 산다면 어느 지역에서 살고 싶습니까?

→ Nếu tôi sống ở Việt Nam thì tôi muốn sống ở Thành Phố Hồ Chí Minh.
만약 제가 베트남에서 산다면 호찌민에서 살고 싶어요.
Vì nghe nói Thành Phố Hồ Chí Minh là Thành Phố kinh tế của Việt Nam.
왜냐하면 호찌민은 베트남의 경제 도시라고 들었어요.

교통

1. Từ Hàn Quốc đến Việt Nam mất bao lâu?
한국에서 베트남까지 얼마나 걸리나요?
→ Từ Hàn Quốc đến Việt Nam mất 4~5 tiếng đi bằng máy bay. 한국에서부터 베트남까지 비행기로 약 4~5시간 걸려요.

2. Ở HQ thường có kẹt xe không?
한국은 보통 교통체증이 심한가요?
→ Khi giờ đi làm việc và giờ đi về nhà thì rất kẹt xe. 출근 시간과 퇴근 시간에는 굉장히 막혀요.

3. Phương tiện giao thông của Việt Nam và Hàn Quốc khác nhau như thế nào?
한국과 베트남의 교통이 어떻게 다른가요?
→ Giao thông của Việt Nam và Hàn Quốc có nhiều phương tiện giao thông như xe buýt, xe ô-tô, tắc-xi vân vân.
한국과 베트남의 교통은 버스, 자동차, 택시 등 굉장히 많은 교통수단이 있습니다.

Nhưng phương tiện giao thông công cộng của hai nước khác nhau.
그러나 두 나라의 대중교통수단은 서로 다릅니다.

Hàn Quốc thì có nhiều trạm xe buýt và ga tàu điện ngầm nên có thể di chuyển rất tiện lợi.
한국은 많은 버스 정류장과 지하철역이 있기 때문에 이동이 편리합니다.

Nhưng Việt Nam thì chỉ có xe buýt thôi nên hơi bất tiện.
그러나 베트남은 버스밖에 없기 때문에 다소 불편합니다.

Tuy không có xe điện ngầm nhưng người Việt Nam thường dùng xe máy riêng nên di chuyển được tiện lợi.
비록 지하철은 없지만 베트남 사람들은 보통 개인 오토바이를 이용하기 때문에 이동이 편리합니다.

하루 일과

1. Anh thường thức dậy lúc mấy giờ?
당신은 보통 몇 시에 일어나나요?
→ Tôi thường thức dậy lúc 6 giờ sáng.
저는 보통 아침 6시에 일어납니다.

2. Anh thường ăn sáng không?
당신은 보통 아침 식사를 합니까?
→ Dạ vâng. 네.
→ Dạ không. 아니오.

3. Khi rảnh(=khi rỗi) anh thường làm gì?
한가할 때 당신은 보통 무엇을 하나요?
→ Khi rảnh, tôi thường nghe nhạc.
한가할 때 저는 보통 음악을 듣습니다.

4. Anh thường làm gì vào buổi tối?
저녁에 당신은 보통 무엇을 하나요?
→ Tôi thường học tiếng Việt vào buổi tối.
저녁에 저는 보통 베트남어 공부를 합니다.

5. Anh thường đi ngủ lúc mấy giờ?
당신은 보통 몇 시에 주무시나요?
→ Tôi thường đi ngủ trước 11 giờ đêm.
저는 보통 밤 11시 전에 잡니다.

음식

1. Anh đã ăn món ăn Việt Nam bao giờ chưa?
베트남 음식을 먹어 본 적이 있나요?
→ Dạ vâng. Tôi đã ăn món ăn Việt Nam rồi.
네. 저는 베트남 음식을 먹어 봤습니다.
→ Dạ chưa. Tôi chưa bao giờ ăn món ăn Việt Nam. 아직이요. 저는 아직 베트남 음식을 먹어본 적이 없습니다.

2. Anh thích món ăn Việt Nam không?
당신은 베트남 음식을 좋아하나요?

→ Dạ thích chứ. Tôi rất thích món ăn Việt Nam.
네 물론이죠. 저는 베트남 음식을 매우 좋아합니다

3. Khi tết, người Hàn Quốc thường ăn gì?
설날에, 한국 사람은 보통 무엇을 먹나요?
→ Khi tết, người Hàn Quốc thường ăn bánh '떡국'.
설날에 한국 사람은 보통 떡국을 먹습니다.

4. Khi tết, người Việt Nam thường ăn gì?
설날에 베트남 사람은 보통 무엇을 먹나요?
→ Khi tết, người Việt Nam thường ăn bánh chưng. 설날에 베트남 사람은 보통 반쯩을 먹습니다.

5. Anh có biết về loại món ăn Việt Nam không?
당신은 베트남 음식에 대해 아는 것이 있나요?
→ Dạ vâng. Em biết những món ăn Việt Nam như phở (bò, gà, hải sản, đặc biệt), chả giò / nem, bún chà, cơm chiên hải sản, lẩu dê, bánh mì, lẩu hải sản vân vân.
네. 저는 쌀국수(소고기, 닭고기, 해산물, 스페셜), 짜조, 분짜, 해산물 볶음밥, 염소탕, 반미, 해물탕 등을 알고 있습니다.

날씨

1. Thời tiết hôm nay như thế nào?
오늘의 날씨는 어떠한가요?
→ Thời tiết hôm nay rất lạnh.
오늘의 날씨는 매우 춥습니다.

2. Anh có biết thời tiết Việt Nam của dạo này không? 당신은 베트남의 요즘 날씨를 아나요?
→ Dạ em biết rồi. Miền Bắc của Việt Nam thì mát còn miền Nam của Việt Nam thì nóng.
네 알고 있습니다. 베트남의 북쪽은 시원하고 남쪽은 덥습니다.

3. Bây giờ thời tiết Hàn Quốc là mùa nào?
지금 한국은 무슨 계절인가요?
→ Bây giờ là mùa đông. 지금은 겨울입니다.

4. Mùa đông của Hàn Quốc có lạnh nhiều không?
한국의 겨울은 춥나요?
→ Dạ vâng. Em thấy lạnh lắm.
네. 제가 느끼기엔 매우 추워요.

5. Mùa đông của Hàn Quốc có tuyết rơi không?
한국의 겨울은 눈이 내리나요?
→ Dạ vâng. Tháng 12 bắt đầu lạnh và có tuyết rơi. 네. 12월부터 추워지고 눈이 내립니다.

6. Anh có thể so sánh với thời tiết VN và HQ được không?
한국과 베트남의 날씨를 비교해 줄 수 있나요?
→ Thời tiết Hàn Quốc có bốn mùa như mùa xuân, mùa hè, mùa thu và mùa đông.
한국의 계절은 봄, 여름, 가을, 겨울 이렇게 4계절입니다.
Còn thời tiết Việt Nam có 2 loại.
그리고 베트남의 날씨는 두 종류입니다.
Miền Bắc VN Có 4 mùa như xuân hạ thu đông.
베트남의 북쪽은 춘하추동 이렇게 4계절이 있습니다.
Nhưng Miền Nam VN chỉ có 2 mùa như mùa khô và mùa mưa.
그러나 베트남의 남쪽은 우기와 건기 이렇게 두 계절만 있습니다.

7. Mùa đông HQ thường bao nhiêu độ C?
한국의 겨울은 보통 몇 도 인가요?
→ Nhiệt độ mùa đông của HQ thường từ không độ C đến âm mười độ C.
한국의 겨울 온도는 0도부터 영하 10도까지입니다.

8. Mùa hè HQ và VN ở đâu nóng hơn?(nóng hơn ở đâu?)
한국의 여름과 베트남의 여름 중 어디가 더 더운가요?
→ Tôi thấy mùa hè Việt Nam nóng hơn mùa hè Hàn Quốc.
제가 느끼기에는 베트남 여름이 한국의 여름보다 더 덥습니다.

상황별 회화 익히기

일상

[필수 표현]

- Xin chào. 안녕하세요. / 안녕히 가세요.
- Tôi khỏe. 잘 지내요.
- Cảm ơn. 감사합니다.
- Xin lỗi. 죄송합니다.
- Rất vui được gặp chị. 만나서 반갑습니다.
- Anh có khỏe không? 잘 지내세요?
- Tôi tên là ~. 제 이름은 ~입니다.
- Tôi là người ~. 저는 ~ 나라 사람입니다.
- Hẹn gặp lại. 다음에 또 만나요.

첫 만남

Duy　Xin chào cô.
안녕하세요.

Mai　Xin chào anh.
안녕하세요.

Duy　Rất vui được gặp cô.
만나서 반갑습니다.

Mai　Tôi cũng rất vui được gặp anh.
저도 역시 만나서 반갑습니다.

□ xin chào 안녕하세요	□ được ~이 되다
□ rất 매우	□ gặp 만나다
□ vui 기쁜	□ cũng 역시, 또한

날씨 얘기

Mai　Trời ơi nóng quá.
우와 진짜 너무 덥다.

Loan　Đúng rồi. Vì nóng quá nên mệt hơn nữa.
맞아. 더워서 더 피곤한 것 같아.

Mai　Hôm nay bao nhiêu độ C?
오늘 몇 도래?

Loan　Tivi nói hôm nay 37-38 độ C đấy.
TV에서 봤는데 37~38도 정도래.

Mai　Kinh khủng thật.
진짜 너무 한다.

□ trời ơi 우와, 저런, 헐	□ hơn ~보다
□ đúng 맞아	□ nữa 더, 더욱 더
□ vì 왜냐하면	□ kinh khủng 깜짝 놀라다, 끔찍하게
□ nên 그래서, 그렇기 때문에	
□ mệt 피곤한	

만날 약속 정하기

Thanh　Alô. Mai hả?
여보세요, 마이니?

Mai　Ừ Thanh hả? Có chuyện gì không?
응 탄이니? 무슨 일이야?

Thanh　Tối nay Mai có thời gian không?
오늘 저녁에 너 시간 돼?

Mai　Có.
응.

Thanh　Chúng ta đi xem phim nhé.
우리 영화 보러 가자.

5 giờ chiều nay chúng ta gặp ở ga Seoul nhé.
오늘 오후 5시에 서울역에서 보자.

Mai　Ừ Bye nhé.
응, 안녕.

□ chuyện 일	□ xem phim 영화 보다
□ thời gian 시간	□ ga 역
□ tối nay 오늘 저녁	□ nhé 권유나 청유할 때 쓰는 말

생일 축하하기

Loan　Ngày mai là sinh nhật của Thanh phải không?
내일이 너의 생일 맞지?

Thanh　Sao biết rồi?
어떻게 알았어?

Loan　Mình là bạn của Thanh mà.
나는 너의 친구잖아.

Thanh　Cảm ơn Loan.
고마워.

Loan Không có gì đâu. Chúc mừng sinh nhật của Thanh nhé.
뭐가 그렇게 고마워. 생일 축하해.

Thanh Cảm ơn rất nhiều.
정말 고마워.

- □ sinh nhật 생일
- □ chúc mừng 축하해
- □ sao 어떻게
- □ nhiều 많이, 대단히

명절 인사하기

Sinh viên Chúc mừng năm mới.
새해 복 많이 받으세요.

Cô giáo Cảm ơn các bạn. Chúc mừng năm mới.
고마워요 여러분. 새해 복 많이 받아요.

Sinh viên Khi ngày tết cô sẽ về quê không?
설날에 선생님은 고향에 가시나요?

Cô giáo Có chứ. Còn các bạn?
가죠. 여러분은요?

Sinh viên 1 Em sẽ về quê.
저는 고향에 가요.

Sinh viên 2 Em sẽ ở nhà thôi.
저는 집에 있을 거예요.

- □ năm 년(年)
- □ quê 고향
- □ mới 새로운
- □ chứ 당연히
- □ tết 설날 (trung thu 추석)
- □ thôi 단지, 오직 ~ 할 뿐이다.

안부

Mai Lâu quá không gặp Loan.
오랜만이야, 로안.

Loan Ồ Mai phải không? Lâu quá không gặp.
오, 마이 맞니? 진짜 오랜만이네.

Mai Loan có khỏe không?
잘 지내지?

Loan Khỏe chứ. Còn Mai?
그럼 잘 지내지. 너는?

Mai Mình cũng rất khỏe.
나도 역시 잘 지내.

- □ lâu 오래된
- □ khỏe 건강한

식당

[필수 단어]

- bản thực đơn 메뉴판(MENU)
- gọi món 주문
- bữa ăn 식사
- ngọt 달다
- mặn 짜다
- cay 맵다
- chua 시다
- nhạt 싱겁다
- ngon 맛있다
- hóa đơn 계산서

메뉴 추천받기

Khách hàng Ở đây món ăn nào ngon nhất?
여기 어떤 음식이 가장 맛있나요?

Nhân viên Nhà hàng chúng tôi món ăn nào cũng ngon lắm ạ.
저희 식당은 어떤 음식이든 다 맛있습니다.

Khách hàng Trời ơi khó quá.
아이고 어렵네요.

Nhân viên Thế thì anh ăn thử tôm nướng được không?
그러면 구운 새우를 먹어 보시겠어요?

Khách hàng Hôm nay tôm tươi không?
오늘 새우가 싱싱한가요?

Nhân viên Tươi lắm.
매우 신선합니다.

- □ món ăn 음식
- □ nướng 굽다
- □ nhất 가장 (최상급)
- □ tôm 새우
- □ khó 어려운
- □ tươi 신선한

주문하기

Khách hàng Em ơi.
저기요.

Nhân viên Dạ vâng. Anh cần gì ạ?
네. 무엇이 필요하신가요?

Khách hàng	Cho tôi 2 phở bò và 1 cơm chiên hải sản nhé. 소고기 쌀국수 2그릇과 해산물 볶음밥 하나 주세요.
Nhân viên	Dạ vâng. Còn uống gì ạ? 네. 그리고 음료는요?
Khách hàng	2 bia Sài Gòn và 1 nước chanh nhé. 사이공 맥주 2개랑 레몬에이드 한 잔 주세요.
Nhân viên	Dạ vâng. Anh đợi một chút. 네, 알겠습니다. 잠시만 기다려 주세요.

- □ cần 필요하다
- □ phở bò 소고기 쌀국수
- □ cơm chiên 볶음밥
- □ hải sản 해산물
- □ uống 마시다
- □ bia 맥주
- □ nước chanh 레몬에이드
- □ đợi 기다리다
- □ một chút 잠시

맛 불평하기

Khách hàng	Anh ơi. 저기요.
Nhân viên	Dạ vâng. Chị có vấn đề gì không? 네. 무슨 문제 있으신가요?
Khách hàng	món này nhạt quá. 이 음식은 너무 싱겁네요.
Nhân viên	Thế à? Chị cần muối không? 그래요? 소금이 필요하신가요?
Khách hàng	Dạ vâng. Còn cho tôi tỏi băm nữa. 네. 그리고 다진 마늘도 좀 주세요.
Nhân viên	Dạ vâng. 네, 알겠습니다.

- □ vấn đề 문제
- □ nhạt 싱겁다
- □ muối 소금
- □ tỏi 마늘
- □ băm 다지다

병원/약국

[필수 단어]

- đau 아프다
- bị bệnh 병에 걸리다
- đau đầu 머리가 아프다
- đau bụng 배가 아프다
- bị cảm 감기에 걸리다
- đau răng 이가 아프다
- bị căng thẳng 스트레스 받다
- viêm họng 목이 아프다 (인후염)
- sổ mũi 콧물이 나다
- không tiêu hóa 소화가 안 되다
- bị sốt 열이 나다

복통으로 병원 가기

Bác sĩ	Chào em. Em bị đau đâu? 안녕. 어디가 아프니?
Bệnh nhân	Chào bác sĩ ạ. Em bị đau bụng từ tối hôm qua. 안녕하세요. 의사 선생님. 어제 저녁부터 배가 아파요.
Bác sĩ	Thế à? Hôm qua em đã ăn gì vậy? 그래? 어제 무엇을 먹었니?
Bệnh nhân	Hôm qua em đã ăn kem. 어제 저는 아이스크림을 먹었어요.
Bác sĩ	Hèn chi... dạo này lạnh quá nên ăn món ăn lạnh thì chắc chắn đau dụng chứ nên phải cẩn thận nhé. 어쩐지... 요즘 굉장히 추워서 찬 음식을 먹으면 반드시 배탈이 나니까 조심해야 해.
Bệnh nhân	Dạ vâng. 네, 알겠어요.

- □ bệnh nhân 환자
- □ đau bụng 배가 아프다
- □ thế à? 그래요?
- □ kem 아이스크림
- □ hèn chi 어쩐지
- □ chắc chắn 반드시
- □ cẩn thận 조심하다

다리 부상으로 병원 가기

Y tá	Anh bị làm sao? 어떻게 되신 거죠?
Bệnh nhân	Em bị ngã trên đường rồi. Chắc là bị gãy chân rồi. 길에서 넘어졌어요. 아마 다리가 부러진 것 같아요.
Y tá	Trước khi khám bệnh, phải đăng ký thông tin bệnh nhân. 진찰받기 전에 환자 정보를 등록해야 해요.
Bệnh nhân	Dạ vâng. Vợ tôi sẽ đến ngay. 네. 아내가 바로 올 거예요.

- □ làm sao 어떻게
- □ bị ngã 넘어지다
- □ trên đường 길에서
- □ chắc là 아마
- □ bị gãy 부러지다
- □ bệnh nhân 환자
- □ chân 다리
- □ trước khi ~하기 전
- □ đăng ký 등록하다
- □ vợ 부인
- □ ngay 바로

약 조제

Dược sĩ	Chào anh. 안녕하세요.
Bệnh nhân	Chào chị. Ở đây có thuốc át-pi-rin không? 안녕하세요. 여기 아스피린 있어요?
Dược sĩ	Dạ có chứ. 네, 당연히 있죠.
Bệnh nhân	Cho tôi 4 viên át-pi-rin nhé. 아스피린 4알 주세요.
Dược sĩ	Ai sẽ uống? 누가 먹을 건가요?
Bệnh nhân	Em sẽ uống. 제가 먹을 거예요.

- □ dược sĩ 약사
- □ thuốc 약
- □ một viên 한 알
- □ uống thuốc 약을 먹다

공항/비행

[필수 단어]

- máy bay 비행기
- hộ chiếu 여권
- vé máy bay 탑승권
- nhập cảnh 입국
- xuất cảnh 출국
- thủ tục xuất cảnh 출국심사
- giấy nhập cảnh 입국 신고서
- hành lý 수화물
- tiếp viên hàng không 승무원
- một chiều 편도
- khứ hồi 왕복

티켓 발권

Tiếp viên	Chào cô ạ. Xin vui lòng cho xem vé máy bay và hộ chiếu của cô. 안녕하세요. 여권과 비행기표를 보여 주세요.
Khách hàng	Dạ ở đây. 네, 여기 있습니다.
Tiếp viên	Ủa, cô không đặt vé à? 어머, 티켓 예약 안 하셨나요?
Khách hàng	Có chứ. Kiểm tra lại đi. 했는데요. 다시 한 번 확인해 보세요.
Tiếp viên	Xin lỗi, Cô tên là Kim Yeon Jin phải không à? 죄송합니다. 손님 성함이 김연진 맞습니까?
Khách hàng	Dạ vâng. 네, 맞습니다.
Tiếp viên	À tìm rồi. Mời cô đi tới cửa sổ 9 nhé. 아, 찾았습니다. 9번 게이트로 가주세요.

- □ hộ chiếu 여권
- □ vé 티켓
- □ đặt 예약하다
- □ kiểm tra 확인하다
- □ cửa sổ 게이트
- □ tìm 찾다

수화물 찾기

Khách hàng	Xin lỗi, hành lý của tôi chưa ra. 죄송하지만 제 짐이 아직 안 나왔는데요.
Nhân viên hàng không	Thế à? Anh tên là gì? 그래요? 성함이 어떻게 되시나요?
Khách hàng	Tôi tên là Kim Min Soo. 제 이름은 김민수입니다.
Nhân viên hàng không	Anh có nhớ số hành lý không? 수화물 짐 번호를 기억하시나요?
Khách hàng	Dạ không nhớ. 기억이 안 납니다.
Nhân viên hàng không	Trời ơi. Em sẽ tìm lại nhé. 저런, 제가 다시 한 번 찾아 볼게요.

- □ hành lý 짐
- □ chưa 아직
- □ ra 나가다
- □ nhớ 기억하다
- □ số 숫자, 번호
- □ tìm 찾다
- □ lại 다시

기내식 서빙

Tiếp viên hàng không	Anh uống gì ạ? 무엇을 드시겠습니까?
Khách hàng	Ở đây có rượu không? 여기 술 있나요?
Tiếp viên hàng không	Dạ không có ạ. Chỉ bia thôi. 없습니다. 맥주만 있습니다.
Khách hàng	Thế à? Chô tôi một chai bia 333 được không? 그래요? 333 맥주 한 병 주실 수 있나요?
Tiếp viên hàng không	Dạ ở đây ạ. Anh cần gì nữa không ạ? 여기 있습니다. 더 필요하신 게 있나요?
Khách hàng	Nếu cần thì tôi sẽ gọi lại nhé. 만약 필요하면 다시 부를게요.

- □ rượu 술
- □ chỉ~ thôi 단지, 오직
- □ bia 맥주
- □ cho tôi 주세요
- □ cần 필요하다
- □ nếu 만약
- □ gọi 부르다

시장

[필수 단어]

- trung tâm mua sắm 쇼핑센터
- sản phẩm mới 신상품
- mẫu 샘플
- giá khuyến mại 할인 가격
- thẻ 신용카드
- hóa đơn 영수증
- đổi 교환
- lấy lại tiền 환불
- trả lại hàng 반품

가격 묻기

Người mua	Cam này một ký bao nhiêu? 이 오렌지 1킬로그램에 얼마예요?
Người bán	Một ký 30,000 đồng. 1킬로그램에 3만 동이에요.
Người mua	Trời ơi mắc quá vậy. 저런 너무 비싸요.
Người bán	Không mắc đâu. Chị muốn bao nhiêu? 비싸지 않아요. 당신은 얼마 원하는데요?
Người mua	Một ký 25,000 đồng đi chị ơi. 1킬로그램에 2만 5천 동에 해주세요. 네 아줌마.
Người bán	Trời ơi. Ok. Tôi sẽ bán cho. 아이고, 오케이. 알았어요. 팔게요.

- □ cam 오렌지
- □ một ký 1 킬로그램
- □ mắc, đắt 비싼
- □ muốn 원하다
- □ bán 팔다

색깔/사이즈 요청하기

Người bán Chị mặc thử đi.
한 번 입어보세요.

Người mua Nhưng mà tôi thích màu hồng. Còn cái này hơi chật.
그런데 저는 분홍색이 좋아요. 그리고 이거는 좀 작네요.

Người bán Thế à? Thế thì mặc áo này nhé.
그래요? 그럼 이거 한 번 입어 보세요.

Người mua Cái áo này đẹp quá.
이 옷 예쁘네요.

Người bán Đúng không? Cái này là kiểu mới.
그렇지요? 이거 신상품이에요.

Người mua Thế à? Nhưng mà cái này có đắt không?
그래요? 그런데 이거 비싼가요?

- □ mặc 입다
- □ chật 작다
- □ thử 시도해 보다
- □ kiểu 디자인
- □ màu hồng 분홍색
- □ mới 새로운
- □ hơi 다소
- □ đắt 비싼

흥정하기

Người mua Mắc quá. Em không mua được.
비싸요. 저 살 수가 없어요.

Người bán Trời ơi. Không mắc đâu. 100,000 đồng thì đâu có mắc.
아이고, 절대 안 비싸요. 10만 동이 뭐가 비싸요?

Người mua Giảm giá một chút đi chị ơi.
조금만 깎아 주세요. 아줌마.

Người bán Chị sẽ mua nhiều không?
많이 사실 건가요?

Người mua Nếu giảm giá thì em sẽ mua 2 cái.
만약 깎아 주시면 2개 살게요.

Người bán Rồi. Bớt 2 chục nhé.
네, 2만 동 깎아 드릴게요.

- □ một chút 조금
- □ nhiều 많다
- □ mua 사다
- □ bớt 줄이다, 감소하다, 깎다

카페

[필수 단어]

- cà phê 커피
- cà phê đá 아이스커피
- cà phê đen 블랙커피
- cà phê sữa 밀크커피
- sữa 우유
- nước 주스
- sô-cô-la nóng 핫초코
- trà 녹차

커피 메뉴 주문하기

Nhân viên Xin chào. Chị uống gì ạ?
안녕하세요. 무엇을 드시겠습니까?

Khách hàng Cho tôi 2 ly cà-phê sữa đá.
밀크커피 2잔 주세요.

Nhân viên Dạ vâng. Chị cần gì nữa không?
네. 더 필요하신 것이 있나요?

Khách hàng Cho tôi một chai nước suối. Tất cả bao nhiêu?
생수 한 병 주세요. 모두 얼마인가요?

Nhân viên Dạ 50,000 đồng ạ.
네 5만 동입니다.

Khách hàng Ở đây.
여기 있습니다.

- □ uống 마시다
- □ nuốc suối 생수
- □ ly 잔
- □ tất cả 모두
- □ cà-phê 커피
- □ bao nhiêu 얼마?
- □ một chai 한 병
- □ ở đây 여기

랭기지스쿨 등록

[필수 단어]

- sự nhập học 입학
- giảng viên 강사
- học sinh 학생
- thời khóa biểu 시간표
- sự đăng ký 등록
- phòng học 강의실
- lớp 수업
- học xong chương trình 수료
- học phí 수업료
- học bổng 장학금

등록 문의

Nhân viên Chào em. Em cần gì vậy?
안녕. 무엇이 필요하니?

Sinh viên Chào cô. Em muốn đăng ký lớp tiếng Việt.
안녕하세요. 저는 베트남어 수업을 등록하고 싶어요.

Nhân viên Em muốn thứ mấy và muốn học thời gian nào?
무슨 요일과 어느 시간을 원하니?

Sinh viên Dạ em muốn học từ thứ hai đến thứ sáu sáng.
저는 월요일부터 금요일까지 오전을 원해요.

Nhân viên Có. Từ 10 giờ đến 12 giờ trưa. Em có được không?
그래. 오전 10부터 12시까지 괜찮니?

Sinh viên Dạ vâng. Nhưng mà em không giỏi tiếng Việt mà lớp đó là lớp cơ bản phải không?
네. 그런데 저는 베트남어를 잘 못하는데 그 반은 기초반 맞나요?

Nhân viên Ừ đúng rồi.
응, 맞아.

- □ học phí 학비
- □ lớp 수업
- □ lớp cơ bản 기초반
- □ lớp bắt đầu 입문반
- □ đăng ký 등록하다

여행 준비

[필수 단어]

- đi du lịch 여행가다
- du lịch ba lô 배낭 여행
- du lịch trong nước 국내 여행
- du lịch thế giới 세계 여행
- đặt khách sạn 호텔 예약
- du lịch tự do 자유 여행
- cắm trại 캠핑
- hướng dẫn viên 가이드
- thông dịch viên 통역원

여행사

Nhân viên Chào anh. Anh cần gì ạ?
안녕하세요. 무엇을 도와 드릴까요?

Khách hàng Dạ hôm qua em đã xem quảng cáo mà dạo này chương trình đi du lịch từ Nha Trang đến Hà Nội phải không?
네, 어제 광고에서 봤는데요. 요즘 냐짱에서 하노이까지 가는 프로그램 있는 것 맞죠?

Nhân viên Dạ vâng. Anh cũng muốn đăng ký phải không?
네, 맞습니다. 손님도 등록을 원하시나요?

Khách hàng Dạ vâng. Thế thì khách sạn và giao thông có cung cấp ở công ty này hả?
네. 그럼 여기에서 호텔과 교통을 제공해 주나요?

Nhân viên Dạ không. Phải trả riêng. Nhưng mà nếu đăng ký ở đây thì giảm giá 50 phần trăm.
아니요. 개인 지불입니다. 그러나 여기서 등록하시면 50 퍼센트 할인이 됩니다.

Khách hàng Thế à? Thê thì đăng ký giùm tôi nhé.
그럼 등록해 주세요.

- □ quảng cáo 광고
- □ chương trình 프로그램
- □ cung cấp 제공하다
- □ phần trăm 퍼센트
- □ giao thông 교통
- □ khách sạn 호텔

거리에서

[필수 단어]

- xe đạp 자전거
- xe buýt 버스
- xe máy 오토바이
- xe ô-tô(북)/xe hơi(남) 자동차
- xe điện ngầm (tàu điện ngầm) 지하철
- xích lô 인력거
- tắc xi 택시
- xe đạp điện 전기자전거
- đi thẳng 직진
- rẽ trái(북) / quẹo trái(남) 좌회전
- quẹo lại U턴/돌다
- rẽ phải(북) / quẹo phải(남) 우회전

길 묻기

Mai — Xin lỗi, làm ơn cho hỏi thăm.
실례지만 뭐 좀 물어 볼게요.

Người đi đường — Dạ vâng. Chị hỏi gì?
네. 뭔데요?

Mai — Em muốn đi ngân hàng ABC mà phải đi thế nào?
ABC 은행을 가고 싶은데 어떻게 가야 하나요?

Người đi đường — Chị đi thẳng khoảng 300 mét sau đó rẽ trái thì chị thấy ngay.
300미터 정도 직진한 후에 좌회전하면 바로 보일 거예요.

Mai — Cảm ơn rất nhiều.
정말 감사합니다.

Người đi đường — Không có chi.
천만에요.

- □ hỏi thăm 묻다
- □ ngân hàng 은행
- □ thế nào 어떻게
- □ đi thẳng 직진
- □ sau đó 그리고 난 후
- □ rẽ trái 좌회전
- □ thấy 보다
- □ ngay 바로
- □ không cò chi 천만에요

택시에서

Lái xe — Chào chị. Chị muốn đi đâu?
안녕하세요. 어디 가세요?

Khách hàng — Em muốn đi công ty ABC. Em muộn qua rồi. Đi nhanh lên nhé.
저는 ABC 회사를 가길 원해요. 저 많이 늦었어요. 빨리 가주세요.

Lái xe — Trời ơi. Giờ này rất kẹt xe.
저런. 이 시간은 막히는 시간이에요.

Khách hàng — Xin lỗi anh cô gắng nhé. 5 giờ chiều em có họp.
죄송하지만 노력해 주세요. 오후 5시에 회의가 있어요.

Lái xe — 5 giờ chiều hả? Bây giờ là 4 giờ 20 phút. Không sao. Chắc kịp.
오후 5시라구요? 지금은 4시 20분이니까 괜찮아요. 시간 안에 맞출 수 있겠어요.

Khách hàng — Cảm ơn.
감사합니다.

- □ nhanh 빨리
- □ kẹt xe 차가 많이 막히다 (= tắc đường)
- □ họp 회의
- □ kịp 시간 안에 맞추다

호텔

[필수 단어]

- nhận phòng 체크인
- trả phòng 체크아웃
- phòng trống 빈 방
- bữa ăn sáng 조식
- tiền đặt cọc 보증금
- giường đơn 싱글베드
- giường đôi 더블베드
- phòng đơn 싱글룸
- phòng đôi 더블룸

체크인하기

Tiếp tân　Chào anh. Anh cần gì ạ?
안녕하세요. 무엇이 필요하십니까?

Khách hàng　Tôi sẽ ở 2 ngày.
저는 이틀 동안 머물 거예요.

Tiếp tân　Anh muốn phòng đôi hay phòng đơn?
싱글룸을 원하시나요 아니면 더블룸을 원하시나요?

Khách hàng　Chỉ mình thôi. Phòng đơn nhé. Ở đây có wifi không?
저 혼자뿐입니다. 싱글룸 주세요. 여기 와이파이 되나요?

Tiếp tân　Dạ có chứ.
네, 당연히 됩니다.

Khách hàng　Trong phòng có những gì?
방안에 무엇이 있나요?

Tiếp tân　Trong phòng có máy lạnh, tivi, giường, máy vi tính vân vân. Chắc là anh sẽ không bất tiện.
방 안에 에어컨, TV, 침대, 컴퓨터 등이 있습니다. 불편하지 않으실 거예요.

□ ở 머무르다	□ tivi 티비
□ giường 침대	□ bất tiện 불편하다
□ máy vi tính 컴퓨터	□ tiện lợi 편리하다

모닝콜 요청하기

Khách hàng　Alô.
여보세요.

Nhân viên　Alô. Dạ em nghe.
여보세요. 네 듣고 있습니다.

Khách hàng　7 giờ sáng mai gọi điện thoại cho em được không ạ?
내일 아침 7시쯤 저에게 전화해 주실 수 있나요?

Nhân viên　Dạ được chứ.
네, 당연하죠.

Khách hàng　Dạ cảm ơn.
감사합니다.

Nhân viên　Chị cần gì nữa không ạ?
더 필요하신 것 있으세요?

Khách hàng　Nếu có thì gọi lại sau nhé.
만약 있다면 나중에 또 전화할게요.

□ nghe 듣다	□ gọi 걸다

청소 상태 컴플레인 하기

Nhân viên　Chị gọi em hả?
저 부르셨어요?

Khách hàng　Dạ vâng. Xin lỗi mà giường này bẩn quá.
네, 죄송하지만 침대가 너무 더럽네요.

Nhân viên　À xin lỗi em sẽ dọn dẹp lại.
아, 죄송합니다. 다시 정리해 드리겠습니다.

Khách hàng　Dạ vâng cảm ơn.
네, 감사합니다.

□ gọi 부르다	□ dọn dẹp 정리하다
□ giường 침대	□ bẩn 더러운

체크아웃/결제하기

Nhân viên　Anh cần gì ạ?
필요하신 것 있으세요?

Khách hàng　Em muốn trả phòng.
체크아웃하고 싶어서요.

Nhân viên　Dạ vâng. Anh ở 2 ngày phải không ạ?
네. 이틀 머무르셨던 것 맞으시죠?

Khách hàng　Dạ vâng.
네.

Nhân viên　Anh trả Việt Nam đồng hay Đô la?
계산은 베트남 동인가요 달러인가요?

Khách hàng　Việt Nam đồng.
베트남 동입니다.

□ cần 필요하다	□ ở 머무르다
□ trả phòng 체크아웃	□ đô la 달러

착! 붙는
베트남어
독학 첫걸음

초판 인쇄	2024년 7월 10일
초판 발행	2024년 7월 15일
저자	김연진
편집	권이준, 김아영
펴낸이	엄태상
디자인	권진희, 이건화
표지 일러스트	eteecy
조판	이서영
콘텐츠 제작	김선웅, 장형진
마케팅	이승욱, 왕성석, 노원준, 조성민, 이선민
경영기획	조성근, 최성훈, 김다미, 최수진, 오희연
물류	정종진, 윤덕현, 신승진, 구윤주
펴낸곳	시사북스
주소	서울시 종로구 자하문로 300 시사빌딩
주문 및 교재 문의	1588-1582
팩스	0502-989-9592
홈페이지	http://www.sisabooks.com
이메일	book_etc@sisadream.com
등록일자	1977년 12월 24일
등록번호	제300-2014-92호

ISBN 978-89-402-9413-0 (13730)